Beginner´s
VIETNAMESE
with 2 Audio CDs

Beginner´s
VIETNAMESE
with 2 Audio CDs

Mynh Nghiem-Boventer

HIPPOCRENE BOOKS, INC.
New York

Editor: Michael Carroll
Copyeditors: Barbara Keane-Pigeon, Henry Nguyen Huu Liem
Design and typeset: K & P Publishing
Audio speakers: Anh Ha, Tung Ngo, Van Tran, Giang Vu, and
        Mynh Nghiem-Boventer

For information, address:
HIPPOCRENE BOOKS, INC.
171 Madison Avenue
New York, NY 10016
www.hippocrenebooks.com

Library of Congress Cataloging-in-Publication Data

Nghiem-Boventer, Mynh.
  Beginner's Vietnamese : with two audio CDs / Mynh Nghiem-Boventer.
    p. cm.
  English and Vietnamese.
  Summary: "This guide for home study or classroom use has 13 practical
lessons with dialogues, vocabulary, grammar and exercises. The audio CDs
provide correct pronunciation and listening comprehension for each lesson.
Includes vocabulary variants for both northern and southern Vietnamese
dialects."--Publisher's description.
    ISBN-13: 978-0-7818-1265-8 (pbk.)
    ISBN-10: 0-7818-1265-8 (pbk.)
      1. Vietnamese language--Textbooks for foreign speakers--English.
  2. Vietnamese language--Self-instruction. I. Title.
  PL4373.N28 2011
  495.9'2282421--dc23   2011022452

Printed in the United States of America.

To Benjamin and Daniel

ACKNOWLEDGMENTS

My deepest gratitude to Lynn Visson, editor at Hippocrene Books, for this book would not have been commissioned without her initial guidance, kind support, and valuable friendship.

And special thanks to Michael Carroll, associate editor at Hippocrene Books, whose knowledge of languages, editorial skills, and dedication have helped to bring this book to its completion.

CONTENTS

INTRODUCTION

Beginner's Vietnamese is the perfect choice for those of you who want to learn how to speak Vietnamese in a short time as an easy and fun, but also interesting and rewarding, experience. The intention of this volume is not to overload your enthusiasm with instructive information, or compromise the sufficiency of a language textbook, but to provoke your intellectual curiosity and give you the basic language tools needed to inspire you to be able to learn and explore the language further on your own.

Though the Vietnamese language is over 4,000 years old, it has a modern-day Latin-based script and is spoken by over 80 million people in Vietnam and another 3 million across the world. The language itself is structurally simple, mainly built on tool words and word order and is not complicated by noun genders, plural forms, verb conjugations, or the need for agreement between subject and verb. This simplicity, however, is qualified by the language's special six tones, which require different voice pitches in the pronunciations and may be difficult for those with no experience in tonal languages. Please be assured, though: if you can sing in the shower, you can certainly learn to speak the Vietnamese tones correctly!

Taking that into consideration, the **Pronunciation Chapter**, one of the standout features in this book, is exclusively devoted to thorough instructions in complete and proper pronunciation of the language. You will be methodically guided step by step in how to pronounce a Vietnamese word, not only for the vocabulary words introduced in the lessons, but also for any Vietnamese word in general. The two accompanying CDs effectively enable you to recognize the right pronunciations and correct your mistakes.

With more than 700 carefully chosen vocabulary words and 36 critical sentence patterns, the book offers 13 lessons that are each arranged into the following sections:

Conversation. Presents question and answer scenarios in the context of everyday situations, such as asking for the time, directions, ordering food, and shopping.

Vocabulary. Lists words, idioms, and phrase expressions that are introduced in the dialogs, along with pronunciations and English translations. Some extra vocabulary is also given in the Special Topic sections.

Key to pronunciation. Provides guidance on how to pronounce specific words and strengthens your practice with compatible examples and fun exercises for understanding the different meanings of similar sounding words.

The Viet Way. Introduces Vietnamese social mores and raises cultural awareness of how the Vietnamese live and express themselves in spoken language.

Grammar. Covers the fundamental grammatical points, with explanations from the perspectives of English grammar for quick and better comprehension.

Sentence patterns. Provides the most commonly used patterns for a foundation in the language that you can build on for your proficiency in further study, or for advanced level of communication.

A **Vietnamese-English, English-Vietnamese Glossary** appears at the end of the book. There you can quickly reference the translations of words and expressions, see their pronunciations, and find the lesson number where they first appeared.

Whether you seek to apprehend the Vietnamese language quickly or in your leisure time, *Beginner's Vietnamese with 2 Audios CDs* should be what you need: an ideal tutor for self-learners, a resourceful assistant for students as well as teachers in language class, a helpful companion for tourists or business travelers, and an insightful window into the Vietnamese people and culture.

—*Mynh Nghiem-Boventer*

VIETNAM AT A GLANCE

Vietnam, the birthplace of a 4,000-year-old civilization, was first described by the Chinese in 200 B.C. as a beautiful southern land with intelligent and talented people. In the 19th century, it captivated the French as a rich and cultured exotic land in the Far East. As for the Vietnamese, they proudly call their country **Rừng vàng, biển bạc** ("Gold forests, silver sea") for its abundance of natural resources, or **Chân cứng, đá mềm** ("Hard feet, soft stones") in times of trial when they must overcome the challenges of nature or endure the destruction of war.

THE COUNTRY

Geography
Vietnam is a slender S shape that shares borders with China to the north and Laos and Cambodia to the west, and has a 2,100-mile coastline on the South China Sea and Pacific Ocean to the east and southeast. The country's 128,500 square miles contain:

• The deltas of the Hong (Red) River in the north and the Cuu Long (Mekong) River in the south that bear the vast fertile lands in which wet rice farming is the main agricultural focus.

• Highlands and mountain ranges that fan out over the entire northwest, spread down the central regions, run along the border with Laos and end in the south at the border with Cambodia. These regions yield plateaus of red volcanic soil with thriving rubber, tea, and coffee plantations, providing the country's largest exports.

• The seaboard along the coastal areas in the east's many designated World Heritage Sites, such as: Ha Long Bay, with its dramatic caves and grottos; Hue Citadel, the ancient imperial city of Vietnam; Hoi An, a historical port city; and the Champ ruins in My Son, a religious center from the 4th to 13th centuries. Further south along the sea are the endless miles of white sand beaches and coral reefs that border the Pacific Ocean.

Weather and Climate
Vietnam has a tropical monsoon climate with an average humidity of 80 percent throughout the year. While the North has four seasons (Spring, Summer, Fall, and Winter), the South has only the dry season from December to April and the rainy season from May to November. Though it can be very cold, with snow falling in the winter in the Northern highland areas, the country's annual average temperature reaches highs of 70 to 80 degrees F. The Central highlands have a milder climate, but their coastal areas suffer typhoons and perennial floods caused by the Red and Mekong rivers.

Population
Vietnam has about 89 million inhabitants. About 86 percent are ethnic Vietnamese and 4 percent are Chinese, making up the largest minority group of the population. The remaining 10 percent are from over 50 other ethnic minorities, called the hill tribe people, who mainly inhabit the highlands and include Tay, Thai, Muong, Nung, H'mong, Jarai, and Bahnar, among others.

Economy
Vietnam is still considered one of the poorest countries in the world. By 1975, when the Vietnam War ended, nearly all human and natural resources had been spent over a span of two decades. Since a new economic reform policy, called "*Doi Moi*," came into effect in 1986 the country has experienced booms of foreign investment and tourism. Roads were fixed; bridges rebuilt; hotels, shops, and offices constructed. Semi-private and fully private businesses are encouraged by the government and, as a result, the unemployment rate in Vietnam has now dropped to 5 percent.

Education
Vietnam has a 92 percent literacy rate. State-controlled institutions run the school system, and students are required to take an entrance exam for every level of school.

Religions
About 85 percent of the Vietnamese consider themselves Buddhists and/or ancestor worshippers; 7 percent are Catholic; 3 percent belong to Cao Dai and Hoa Hao, two religious groups that are native and unique to Vietnam. The remaining 5 percent includes Protestants, Muslims, and others.

HISTORY

The first Vietnamese civilization, dating back from 2500 to 1000 B.C., was discovered in Hoa Binh, along the banks of the Da River in North Vietnam. Traces of the earliest wet rice cultivation were found there and, according to mythological legend, during this period Lac Long Quan, the Dragon King, Lord of the Seas, married Au Co, the immortal Princess, Goddess of the Highlands and Mountains, who bore him 100 children. Then, due to the different natures of their origin, the Goddess took 50 of their children to inhabit the highlands. Today's hill tribe people are believed to be the descendants of this group. The Dragon King led his other 50 children to settle in the river lands where they became the "Kinh," the name of the original ethnic Vietnamese.

Following are the most remarkable periods and national figures in Vietnamese history:

Chinese Domination: from 111 B.C. until 938.

Heroines and Queen: In 40 A.D., Trung Trac, a noble grieving widow, and her sister, Trung Nhi, led the first uprising against Chinese authority, enthroning herself as the first Vietnamese queen for three brief years before losing independence to China again.

Hero and King: In 938, Ngo Quyen, an ingenious military commander, led his army to victory against the Chinese at Bach Dang River, ending ten centuries of Chinese domination. He proclaimed himself king and set Co Loa as the Viet Kingdom's first recorded capital.

The Ly Dynasty (1010-1225) is considered the Golden Dynasty. An educational system was developed and social reforms took place; Buddhism and the arts flourished; the first Vietnamese law book, *Bo Luat Hinh Thu*, was commissioned; fortresses and pagodas were built, including the original One Pillar pagoda, "Chua Mot Cot," in Hanoi; and the first university, "Quoc Tu Giam," was established in 1077 at the Temple of Literature, "Van Mieu," built in 1070.

The Tran Dynasty (1225-1400) is recorded as one of the proudest periods in Vietnamese history, when Tran Hung Dao, the great military general, was asked by King Tran Nhan Tong to repel the invasions of the powerful Mongol army, whom he defeated and destroyed on three consecutive occasions. Since then, the Vietnamese worship Tran Hung Dao as the nation's patron saint. It was also during this time that the Tran kings began expanding the country from what is known today as Hue, Thua Thien–Quang Tri, southwards to Da Nang, Quang Nam.

The Nguyen (Tay Son) Dynasty (1776-1802): Nguyen Hue ended the bloody 200-year-old civil war between two warlords of the North and the South, and united the country in 1786. In 1788 he proclaimed himself Emperor Quang Trung before leading his army to defeat Chinese invasion forces at the famous battles at Ngoc Hoi–Dong Da on the outskirts of Hanoi in northern Vietnam.

Indochina War: The battle of Dien Bien Phu ended almost 100 years of the French colonization in Vietnam, leading to the Geneva Accord of 1954 that divided the country along the 17th parallel. This created a communist North Vietnam headed by Ho Chi Minh; and a nationalist South Vietnam, governed by Ngo Dinh Diem, and set the stage for a second civil war that lasted 20 years.

Vietnam (American) War: During the 1960s the conflict of the civil war intensified as foreign powers took sides and became involved. Ten years into its involvement in the war, the U.S. government in 1972, facing heavy casualties and protests at home, withdrew its troops and cut military aid to the South to a minimum, leaving the South too weak to defend itself against the North's invasion. Three years later, on April 30, 1975, the North took over the South and in 1976 unified the country. In the aftermath, a million southerners, fearing persecution, left their country. Some of them fled to nearby countries such as Thailand, Laos, and Cambodia, and settled there. Most tried to leave on boats, but during their journeys many of them perished at sea. Those who survived, after enduring poor conditions, violent weather, and pirating, either arrived in foreign lands or were rescued at sea and brought to the Philippines, Indonesia, Malaysia, or Thailand, whose governments sheltered them in refugee camps. As a humanitarian gesture, the U.S., Australia, Canada, and many European countries accepted these refugees into their own countries and granted them permanent residence. These refugees became known as "boat people" in their adopted countries, and nowadays are favorably referred to as "Viet kieu."

CULTURE

There is no better way to describe the Vietnamese determination to preserve their culture than with Emperor Quang Trung's proclamation of 1788, made before leading his troops to repel the Chinese invasion: **"Đánh cho để dài tóc. Đánh cho để đen răng ..."** ("Fight for having long hair. Fight for having black teeth ..."). Leaving hair long and dyeing teeth black were age-old Vietnamese customs, practiced for over 2,000 years.

Customs
Though these two customs have been in decline since the 19th century, when the Vietnamese became oriented toward Western conceptions of beauty and fashion, other practices still remain, including: keeping festivals, observing ceremonies, and honoring ancestors; paying respect to elders, teachers, and guests; wearing *ao dai*, a traditional long dress for both men and women

Influences and Values
The Vietnamese are strongly influenced by *tam giao*, or "The Three Beliefs: Buddhism, Taoism, and Confucianism." They are very family-oriented: they believe that each individual has a duty to take care of their parents in their old age, a duty to care for younger siblings (when the parents die), and a duty to preserve the family's honor. Self interests come last, as Vietnamese believe that one's fate is already determined at birth. Whether it is a good or bad life, the individual must accept it and live for the sake of the next generation. Human worth and spiritual values are ranked above material ones, as expressed in the proverb **"Đói cho sạch, rách cho thơm."** ("Hungry but clean, ragged but of good reputation.")

Traits and Characteristics
In general, the Vietnamese are considered modest, studious, hard working and resourceful. One unusual characteristic is that Vietnamese laugh not only in response to fun or jokes, but also to let go of misfortune and to cover discomfort and awkwardness. For-

eigners, therefore, should be careful not to take offense at laughter that they might otherwise find inappropriate in a certain context.

LANGUAGE

In Vietnam, about 86 percent of the population speaks Vietnamese. Though people from the north, south and central regions have distinct accents and use some regional vocabularies, the language is intelligible throughout the country. The following is the development of the Vietnamese language:

> **Chữ Nho** or **Chữ Hán** is the name of the Chinese characters that served as the country's official written language under Chinese rule from 111 B.C. to 938 A.D.

> **Chữ Nôm**, meaning "The Language of the South (of China)," is the first written form of Vietnamese, introduced in the 8th century. It consists of Vietnamese pronunciations, vocabulary, and grammar transcribed using Chinese characters. Though **Chữ Nôm** was well received and developed by the 13th century, it remained an elite language used exclusively by royalty, court mandarins, and educated scholars.

> **Chữ Quốc Ngữ**, meaning "The Language of the Nation," is the current Vietnamese writing system, created by French scholar and missionary Alexandre De Rhode in the late 17th century. De Rhode transcribed the phonetics and pronunciations of **Chữ Nôm** into Roman letters, completely eliminating the need for Chinese characters.

In 1919 **Quốc Ngữ** was officially recognized as the national written language. Regardless, over 60 percent of Vietnamese vocabulary is still derived from Chinese as the result of centuries of dependency, including words such as: **thiên địa** (heaven and earth), **thải** (to discard), **phú quý** (wealthy and noble). In addition, some vocabulary is also rooted in French words, as the consequence of decades of colonization, such as **búp bê** (doll), **gác** (to guard), **xe buýt** (bus).

HOW TO USE THIS BOOK

1. Read the material and do exercises

First read through the lesson, mark anything you do not understand, look up these terms in the **Vocabulary** and **Grammar** sections of the lesson, and then practice their use by doing the exercises that follow each subject.

In the **Conversation** section of each lesson, the symbols Δ, ◊, and ♦ are placed after certain phrases or sentences. These symbols serve as quick reference markers for further explanations in that lesson's **Grammar** (◊), **Sentence Pattern** (♦), and **The Viet Way** (Δ) sections. If you understand the dialogue well, you can move on and ignore these symbols.

In **The Viet Way** sections you will learn about the different methods the Vietnamese use to express themselves. These sections also cover the more subtle aspects of learning to communicate in Vietnamese, such as important social customs and nuanced cultural traditions.

Following the **Vocabulary** section of each lesson is the **Key to Pronunciation**, which helps you to parse and practice pronouncing challenging words introduced in the dialogue. Similar words, but with different tone marks or diacritical marks, are provided for comparisons.

2. Listen to and repeat

The audio provided for the Pronunciation Chapter and for each lesson has two parts: in the first part, the dialogue is read at normal speaking speed; in the second part, it is repeated at a slower speed, with pauses for repetition.

You should listen to an entire dialogue and its vocabulary and the Key to Pronunciation exercises in a lesson while sight-reading, identifying and marking pronunciation and intonations that sound tricky or difficult to you. When the dialogue is finished, stop the CD and practice pronouncing the words you have marked until you can say them easily. Then start the CD again and continue with the next track, listening to and repeating after the dialogues as instructed. On pages 12–15, you will find a complete description of the pronunciation of all sounds, vowels, consonants, diacritical marks, and tone marks.

FORMAT

Northern Vietnamese use **Vâng** for "yes" while southern Vietnamese use **Dạ**, and northerners say **phố** for "street" while southerners call it **đường**. Though all Vietnamese speakers should understand either expression, it is still best for you to learn both. Therefore, where there are alternatives, they are underlined and separated by a "/", with the northern Vietnamese word always preceding the southern equivalent. For example:

<u>Vâng</u>/<u>Dạ</u>, đây là <u>phố</u>/<u>đường</u> Nguyễn Huệ.
<u>Yes</u>, this is Nguyen Hue <u>street</u>.

In the spoken language, Vietnamese people often omit many grammatical categories to simplify an expression. Unfortunately, this might confuse the learner of Vietnamese. In this book, a word that can be omitted in this way is put in parentheses. For example:

Nó (thì) nóng. "It (is) hot."
Means that this phrase can also be expressed as:
Nó nóng. "It hot."

ABBREVIATIONS

adj	adjective	*(lit)*	literally
adv	adverb	*m*	masculine
aux	auxiliary	*n*	noun
class	classifier	*prep*	preposition
comp adj	comparative adjective	*rel pron*	relative pronoun
f	feminine	*v*	verb
imp pron	impersonal pronoun	*Viet*	Vietnamese

ALPHABETIZATION IN VIETNAMESE

According to the order of the Vietnamese alphabet, the word **có** (to have) comes before the word **chó** (dog). Similarly, **tiền** (money) comes before **thiền** (to meditate). To avoid confusion from this, all Vietnamese and English word lists in this book are alphabetized using the standards of the English language.

The order of words with a diacritical mark is as follows:

a – ă – â – e – ê – o – ô – ơ – u – ư

The order of words with a tone mark is as follows:

a – á – à – ả – ã – ạ

VIETNAMESE ALPHABET AND PRONUNCIATION

ALPHABET

The Vietnamese language has a total of 29 letters that includes 12 vowels and 17 consonants:

A a Ă ă Â â B b C c D d Đ đ E e Ê ê
G g H h I i K k L l M m N n O o Ô ô
Ơ ơ P p Q q R r S s T t U u Ư ư V v
X x Y y

DIACRITICAL MARKS

The diacritical marks are used on the consonant D to make it become Đ; and on four of the vowels—A, E, O, and U—to make them become Ă, Â, Ê, Ô, Ơ, Ư. Each of these marks plays an important role in the composition of a Vietnamese word as it changes the pronunciation of the word and its meaning entirely. For example (the words in the first column have no diacritical mark; the words in the second and third column have varying diacritical marks):

an ăn ân
peace to eat gratitude
xe xê
vehicle to move
to tô tơ
big bowl silk
bu bư
to cluster silly
luôn lươn
often eel
suông sương
without dew

PRONUNCIATION

Vietnamese pronunciation is rather simple and consistent, as there is only one way to pronounce a letter or a word, regardless of its grammatical function. Compare the following examples of the pronunciations of the letter "a" in Vietnamese and in English. Notice that while every letter "a" in the Vietnamese sentence is pronounced only as "ah," there are different pronunciations of the letter "a" in the English translation:

> **Ba Lan đi làm xa, mang theo ba quả na.**
> Lan's father goes to work far away, taking along three custard-apples.

Another examples of the unchanged pronunciation of the word **"đọc"** (to read) in different tenses:

> **Anh ấy đọc** [dọr-c] **sách.**   **Anh ấy đã đọc** [dọr-c] **sách.**
> He reads a book.   He read a book.

Vietnamese Alphabet	English equivalent	Vietnamese Alphabet	English equivalent
A [ah]	ah, far	**I** [i]	in, *also accept-*
Ă [at]	at, hat		*ably pronounced*
Â [un]	nun, sun		*like* "ee" *in* "bee"
B [beh]	Bob, baby,	**K** [kah]	key, kind
C [seh]	can, civic	**L** [elur]	lane, lily
D [zeh]	zip, zoo	**M** [emur]	Mike, mom
Đ [deh]	Dan, do	**N** [enur]	nice, nun
E [e]	Ed, empty	**O** [or]	or, door
Ê [eh]	eh, protégé	**Ô** [oh]	oh, low
G [geh]	game, giggle, *except when* "g" *precedes* "i," *then it's pronounced like* "z" *in* "zoo"	**Ơ** [ur]	fur, per
		-p [-peh]	*only in final position:* map, tip, *or has to be with* "h" *in initial position*
H [hat]	hi, how		

ph	[fur]	far, photo
Qu	[qu]	has to be with
		"u," quarter,
		quick
R	[erur]	rare, rich
S	[essi]	sea, some

T	[teh]	Tom, tactic
U	[u]	blue, zoo
Ư	[uh]	huh, umbrella
V	[veh]	very, vague
X	[ick-si]	sea, same
Y	[ih zāh-i]	lily, lyric

Groups of vowels:

Below are general descriptions of how vowel combinations are pronounced. Where there is no single English word with an equivalent sound, several English words are used for the description of the pronunciation.

Multiple Vowels	English equivalent	Multiple Vowels	English equivalent
ai [ah-i]	ice, Thai	ôi [oh-i]	oh+in
ao [ah-oh]	how, loud	ơi [ur-i]	fur+in
au [ah-u]	ah+zoo	ua [u-ah]	zoo+ah
ay [ay-i]	aid, paid	uâ [u-un]	zoo+sun
âu [un-u]	sun+zoo	uê [u-eh]	zoo+eh
ây [un-i]	day, hey	ui [u-i]	zoo+in
eo [e-i-oh]	empty+in+oh	uô [u-oh]	zoo+oh
êu [eh-i-u]	eh+in+zoo	uôi [u-oh-i]	zoo+oh+in
ia [i-ah]	idea	uơ [u-ur]	zoo+fur
iê [i-eh]	tier, cashier	uy [u-i]	zoo+in
iêu [i-eh-u]	in+eh+zoo	uya [u-i-ah]	zoo+in+ah
iu [i-u]	cute, also acceptably pronounced like "new"	uyê [u-i-eh]	zoo+in+eh
		ưa [uh-ah]	huh+ah
		ưi [uh-i]	huh+in
oa [or-ah]	war, quasi	ươi [uh-ur-i]	huh+fur+in
oai [or-ah-i]	Quai, why	ươu [uh-ur-u]	huh+fur+zoo
oay [or-ay-i]	way	ưu [uh-u]	huh+zoo
oǎ [or-at]	what	yê [i-eh]	in+eh
oe [or-e]	where	yêu [i-eh-u]	in+eh+zoo
oi [or-i]	boy, toy		

Up to three vowels can be combined within a Vietnamese word. Since Vietnamese is a monosyllabic language, however, the pronunciation of the combination should always produce one single sound. For example, in combining the vowels **ươi** [uh-ur-i], you should start with the sound of [uh-], then aim for the sound [-ur-] and end the sound with the sound of [-i] all in one single vocalization.

Consonant Pairs:

In initial position	English equivalent
ch- [ch-]	chair, church
gh- [g-]	game, go
kh- [kh-]	Khan, Khmer
ng- [ng-] or **ngh-***	long, sing
[ng- with voiceless "h"]	
nh- [nh-]	onion, canyon
ph- [f-]	photo, physics
th- [th-]	the, thin
tr- [tr-]	tree, true

In final position	English equivalent
-ch [-ck]	jack
-ng [-ng]	sing, long
-nh [-nh]	onion, canyon

*The pronunciations of **ng-** and **ngh-** are the same though their spellings are different: **ng-** is used with vowels **a, ă, â, o, ô, ơ, u, ư,** while **ngh-** has voiceless "h" in the pronunciation and is only used with vowels **e, ê, i.**

TONE MARKS

There are six different tone pitches but only five tone marks in the Vietnamese language. Each tone mark indicates the different pitch in the tone of a syllable of the word, and only **one tone mark is used for each word.**

THE PITCHING OF THE TONE MARKS:

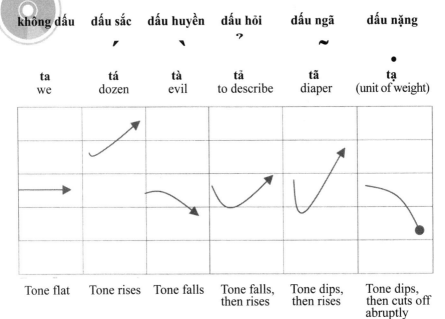

không dấu	dấu sắc	dấu huyền	dấu hỏi	dấu ngã	dấu nặng
	´	`	?	~	•
ta	**tá**	**tà**	**tả**	**tã**	**tạ**
we	dozen	evil	to describe	diaper	(unit of weight)
Tone flat	Tone rises	Tone falls	Tone falls, then rises	Tone dips, then rises	Tone dips, then cuts off abruptly

This is the most difficult challenge in learning Vietnamese, as each different tone determines a different meaning of a word. The tone marks are best described as follows:

Không dấu: *There's no mark. Tone flat.*

ba	**đô**	**chao**
three	dollar	to swing

Dấu sắc: *As a slash mark down from right to left. Tone rises.*

bá	**đố**	**cháo**
hundred	to quiz	rice soup

Dấu huyền: *As a slash mark down from left to right. Tone falls.*

bà	**đồ**	**chào**
Mrs.	thing	to greet

Dấu hỏi: *As a "?" mark without the dot. Tone falls a bit, then rises.*

bả	**đổ**	**chảo**
bait	to pour	pan

Dấu ngã: *As a tilde mark. Tone dips, then rises abruptly.*

bã	**đỗ**	**chão**
waste	to stop	rope

Dấu nặng: *As a dot underneath. Tone dips, then cuts off abruptly.*

bạ	độ	chạo
any	degree	*special kind of Vietnamese dish*

EXERCISES

When a word contains a consonant or a group of consonants together with a vowel or a group of vowels, and a designated tone mark, the speaker needs to consider each step of the pronunciation in order to ultimately produce only the single sound of that word. For example:

1. The pronunciation of **tiếng** (*language, sound*):

   tiếng [ti-éh-ng] *is pronounced as in* "tier+sing," *with rising tone mark.*

You start with the underlined sound of "tier," at the same time pitch the rising tone mark, then complete the pronunciation with the underlined sound of "sing."

2. The pronunciation of **người** (*people*):

   người [nguh-ùr-i] *is pronounced as in* "long+huh+fur+bee," *with falling tone mark.*

You start with the underlined sound of "long," move to the underlined sound of "huh," connecting it with the underlined sound of "fur," while pitching the falling tone mark, and close the pronunciation with the underlined sound of "bee."

3. The pronunciation of **chuyện** (*story*):

   chuyện [chu-i-ẹh-n] *is pronounced as in* "church+zoo+ tier+nun," *with dipping and cut off abruptly tone mark.*

You start with the underlined sound of "church," move to the underlined sound of "zoo," connecting it with the underlined sound of "tier," while pitching the dipping tone mark, then cut it off abruptly before completing the pronunciation with the underlined sound of "nun."

LESSON ONE
BÀI HỌC MỘT

BÀI HỌC MỘT: "ANH NÓI TIẾNG VIỆT KHÔNG?"

ĐÀM THOẠI

Tom đi du lịch ở Việt Nam. Anh ấy nói một chút tiếng Việt. Mai sống ở Sàigòn và không nói tiếng Anh. Tom muốn làm bạn với Mai. Anh ấy bắt đầu cuộc đàm thoại…

Tom: Chào chị, chị nói tiếng Anh không? ♦2

Mai: Không, tôi không nói tiếng Anh. Anh nói tiếng Việt không?

Tom: Một chút, tôi nói một chút tiếng Việt.

Mai: Tên (của) tôi là Mai, Δ tên (của) anh là gì? ♦3

Tom: Tên (của) tôi là Tom. ♦1

Mai: (Chào) Mừng anh đến Việt Nam.

Tom: Cám ơn chị rất nhiều.

Mai: Không có chi.

LESSON ONE: "DO YOU SPEAK VIETNAMESE?"

CONVERSATION

Tom is traveling in Vietnam. He speaks a little Vietnamese. Mai lives in Saigon and does not speak English. Tom wants to make friends with Mai. He begins a conversation ...

Tom: Hello, do you speak English?

Mai: No, I do not speak English. Do you speak Vietnamese?

Tom: A little, I speak a little Vietnamese.

Mai: My name is Mai, what is your name?

Tom: My name is Tom.

Mai: Welcome to Vietnam.

Tom: Thank you very much.

Mai: You are welcome.

NGỮ VỰNG / VOCABULARY

anh [ah-nh] you, *male, pers pron*; brother *n*
nói [nór-i] to speak
tiếng Việt [ti-éh-ng vi-ẹh-t] Vietnamese language
không [khoh-ng] no, not; *question word*
đi du lịch [di zu lị-ck] (to go) to travel
ở [ử r] in, at
anh ấy [ah-nh ún-i] he, him
một chút [mọh-t chú-t] a little
sống [sóh-ng] to live
và [vàh] and
tiếng Anh [ti-éh-ng ah-nh] English language
muốn [mu-óh-n] to want
làm bạn [làh-m bạh-n] to make friends
với [vúr-i] with
bắt đầu [bát dùn-u] to begin
cuộc đàm thoại [ku-ọh-c dàh-m thor-ạh-i] conversation, a chat
chào [chàh-oh] to greet; **chào anh/chị** "hello," "goodbye" (for
    any time of day)
chị [chị] you, *female, pers pron*; sister *n*
tôi [toh-i] I, me
tên [teh-n] name
của [kủ-ah] of
là [làh] to be
gì [zì] what
(chào) mừng [(chàh-oh) mùh-ng] to welcome
đến [déh-n] to *prep*
cám ơn [káh-m ur-n] to thank
rất [rún-t] very
nhiều [nhi-èh-u] much/many, plenty of
"Không có chi." [khoh-ng kór chi] "You're welcome."

KEY TO PRONUNCIATION

chào [chàh-oh] *pronounced as in* "chair+ah+oh," *with tone falling, means* "to greet," "hello," "goodbye."

chảo [chảh-oh] *pronounced as in* "chair+ah+oh," *with tone falling, then rising, means* "pan."

cháo [cháh-oh] *pronounced as in* "chair+ah+oh," *with tone rising, means* "rice soup."

Example: **Chào Ông, chảo Ông đâu nấu cháo?**
Hello, Grandpa, where is Grandpa's pan for cooking rice soup?

là [làh] *pronounced as in* "lane+ah," *with tone falling, means* "to be"

la [lah] *pronounced as in* "lane+ah," *with no tone or with tone flat, means* "to yell"

lá [láh] *pronounced as in* "lane+ah," *with tone rising, means* "leaf/leaves"

lạ [lạh] *pronounced as in* "lane+ah," *with tone dips, then cuts off abruptly, means* "strange"

Example: **Tôi la, "Lá lạ là lá độc!"**
I yell, "The strange leaf is the poison leaf!"

của [kủ-ah] *pronounced as in* "can+zoo+ah," *with tone falling, then rising, means* "of"

cửa [kủh-ah] *pronounced as in* "can+uh+ah," *with tone falling, then rising, means* "door"

Example: **Cửa của khách sạn thì mầu trắng.**
The door of the hotel is (color) white.

Δ THE VIET WAY

Δ PROPER NAMES AND TITLES

Vietnamese people address each other by their first names only.
The first name can also be used alone as a personal pronoun, for
example:

Mai speaks to Tom:

Mai là người Việt, Tom là người Mỹ.
Mai is Vietnamese, Tom is American.

The first name can be preceded by a noun defining the person,
or by a personal title for formal and informal use, for example:

Chị Mai	**Anh Tom**	**Ông John**	**Bà Mary**
Sister Mai	Brother Tom	Mr. John	Mrs. Mary

The first name can also be used with a professional title for for-
mal and informal kinds of address:

Hướng dẫn Mai	**Phóng viên Tom**	**Bác sĩ John**
Guide Mai	Reporter Tom	Doctor John

In a more formal form of address, both the personal and profes-
sional title can be used with the full name in the following order:
personal title + professional title + surname + first name. For
example:

Ông Bác sĩ Smith John
Mr. Doctor John Smith

A Vietnamese married woman can be addressed either by her first
name or by her husband's first name. For example, the wife of
Mr. John Smith could be called **Bà John,** i.e. "Mrs. John."

◊ VĂN PHẠM / GRAMMAR

◊1 PRONOUNS

The use of personal pronouns is a real challenge in Vietnamese. Both grammar and accepted practice are important factors in not offending the interlocutor. You will have to take into account:

- The age of the person you are addressing, showing respect for an older individual.
- The relationship between you and the person you are addressing, for proper expression of formality or informality.
- The respective social statuses of you and the person you are addressing.

(Note: For reasons of informality and simplicity, the Vietnamese personal pronouns **anh/chị** are generally used for "you" in examples and dialogues throughout this book.)

◊1.1 Subject and Object pronouns

There is only one form for both Vietnamese subject and object pronouns.

◊1.1.1 Singular pronouns

English	Vietnamese equivalent
I / me	**tôi** *(for male and female)*
you	**anh** *(for young male, or male person who is older than yourself)*
	chị *(for young female, or female person who is older than yourself)*
	ông *(for middle aged or old male)*
	bà *(for middle aged or old female)*
	cô *(for young or unmarried female)*
	em *(for young male or female person who is younger than yourself, informal)*
he / him	**anh ấy** *(for young male)*
	ông ấy *(for middle aged or old male)*

she / her	**chị ấy** *(for young female)* **bà ấy** *(for middle aged or old female)* **cô ấy** *(for young or unmarried female)* **em ấy** *(for young male or female who is younger than yourself)*
it	**nó** *(for thing, inanimate object, animal, child, person held in low regard)* **cái ấy/đó** *(for things only)*

(See page 35 for plural pronouns.)

EXERCISE 1: Write the correct pronouns in the blanks.

1. _____ **chào anh ấy.**
She greets him.

2. _____ **chào cô ấy.**
He greets her.

3. _____ **nói tiếng Việt.**
You speak Vietnamese.

4. _____ **nói tiếng Anh.**
I speak English.

5. _____ **là tiếng Việt.**
It is Vietnamese.

6. _____ **là tiếng Anh.**
It is English.

7. _____ **cám ơn anh.**
I thank you.

8. _____ **cám ơn tôi.**
You thank me.

◆ CÂU MẪU / SENTENCE PATTERNS

◆1 BASIC SENTENCE PATTERN

	Subject	Verb	Object
Affirmative:	**Tom**	**nói**	**tiếng Anh.**
	Tom	speaks	English.
Negative:	**Mai không**	**nói**	**tiếng Anh.**
	Mai (does) <u>not</u>	speak	English.

◆2 QUESTION WORD KHÔNG

The question word **không** means "not," and is added to the end of a statement to form a question for "yes" or "no" answer.

- **Vâng** (northern dialect) or **Dạ** (southern dialect) means "Yes," and is used at the beginning of a positive answer.

- **Không** also means "No" and is used at the beginning of a negative answer and before the key verb in the sentence to indicate "not."

	Subject	Verb	Object	Question word
Question:	Tom	nói	tiếng Việt	**không?**
	Tom	speaks	Vietnamese	not? *(lit)*
	(Does Tom speak Vietnamese?)			

- In a short answer, the key verb is used in the same way as the auxiliary verb "do/does" in English.

	Answer word	Subject	Verb	Object
Answer:	**Vâng/Dạ,**	**Tom**	**nói**	**tiếng Việt.**
	Yes,	Tom	speaks	Vietnamese.
	or			
	Không,	**Tom <u>không</u>**	**nói**	**tiếng Việt.**
	No,	Tom <u>not</u>	speak	Vietnamese. *(lit)*
	(No, Tom does not speak Vietnamese.)			

Short answer:	**Vâng/Dạ,** Yes, (Yes, he does.)	**anh ấy** he	**nói.** speaks. *(lit)*
	or		
	Không, No, (No, he does not.)	**anh ấy không** he not	**nói.** speaks. *(lit)*

More questions using question word không:

Anh/Chị hiểu không?
Do you understand?

Anh/Chị có thẻ thông hành không?
Do you have the passport?

Anh/Chị thích nó không?
Do you like it?

Anh/Chị biết khách sạn Trăm Sao không?
Do you know Hotel Trăm Sao?

Anh/Chị muốn ở đây không?
Do you want to stay here?

Anh/Chị cần người thông dịch không?
Do you need (an) interpreter?

EXERCISE 2: Fill in the blanks with the correct words.

1. **Mai** _____ **tiếng Việt, Tom** _____ **tiếng Anh.**

2. **Mai** _____ **tiếng Anh** _____?

3. **Không, Mai** _____ **nói tiếng Anh.**

4. **Tom** _____ **tiếng Việt** _____?

5. **Vâng, Tom** _____ **một chút tiếng Việt.**

♦3 QUESTION WORD GÌ (*WHAT*)

The question word **gì** meaning "what," is placed *at the end* of an interrogative sentence.

	Subject	Verb	Object	Question word
Question:	**Tên của anh ấy**	**là**		**gì?**
	His name	is		what? *(lit)*
	(What is his name?)			
Answer:	**Tên của anh ấy**	**là**	**Tom.**	
	His name	is	Tom.	
Question:	**Anh ấy**	**nói**	**tiếng**	**gì?**
	He	speaks	language	what? *(lit)*
	(What language does he speaks?)			
Answer:	**Anh ấy**	**nói**	**tiếng Anh.**	
	He	speaks	(language) English.	

More questions using question word gì:

Anh/Chị cần gì?
What do you need?

Anh/Chị tìm gì?
What are you looking for?

Anh/Chị nói gì?
What did you say?

Anh/Chị học ngành gì?
What (subject) do you study?

Anh/Chị là người gì?
What (nationality) are you?

Anh/Chị làm nghề gì?
What (job) do you do?

EXERCISE 3: Make Vietnamese sentences by placing the words in the correct order.

1. gì / là / tên của chị ấy?

_____?

2. Mai / là / tên của chị ấy.

_____.

3. gì / nói / tiếng / Mai?

_____?

4. Mai / tiếng / Việt / nói.

_____.

5. Tom / gì / nói / tiếng?

_____?

6. tiếng Anh / Anh ấy / nói.

_____.

LESSON TWO
BÀI HỌC HAI

BÀI HỌC HAI: "HÂN HẠNH ĐƯỢC GẶP CHỊ."

ĐÀM THOẠI

Kim, một người Mỹ gốc Việt, là bạn gái của Tom từ California. Chị ấy và Tom ở khách sạn Trăm Sao. Họ đến thăm Mai. Tom chào Mai và giới thiệu Kim.

Tom: Chào Mai, chị khoẻ không? Δ1

Mai: Cám ơn anh, tôi (thì) khoẻ. Δ2

Tom: Mai, đây là Kim. Kim, đây là Mai.

Kim: Hân hạnh được gặp chị.

Mai: Đây cũng vậy. Anh chị thì từ đâu đến? ♦4

Kim: Tôi (thì) từ Ca-li. Anh ấy (thì) từ Nữu Ước. ♦5

Mai: Ở đây, anh chị ở đâu? ♦4

Tom: Chúng tôi ở tại khách sạn Trăm Sao.

Mai: Anh chị thích khách sạn của anh chị không?

Kim: Vâng, chúng tôi rất thích nó.

       Nó là một khách sạn nhỏ, nhưng nó (thì) sạch và tiện nghi. ♦5

LESSON TWO: "NICE TO MEET YOU."

CONVERSATION

Kim, a Vietnamese American, is Tom's girlfriend from California. She and Tom stay at the Tram Sao Hotel. They come to visit Mai. Tom greets Mai and introduces Kim.

Tom: Hello, Mai, how are you?

Mai: Thank you, I (am) fine.

Tom: Mai, this is Kim. Kim, this is Mai.

Kim: Nice to meet you.

Mai: Likewise. Where are you coming from?

Kim: I (am) from California. He (is) from New York.

Mai: Over here, where do you stay?

Tom: We stay at Trăm Sao Hotel.

Mai: Do you like your hotel?

Kim: Yes, we like it very much.

It is a small hotel, but it (is) clean and convenient.

NGỮ VỰNG / **VOCABULARY**

"Hân hạnh được gặp ..." [hun hạh-nh duh-ụr-c gạt-p] "Nice
  to meet ..."
người Mỹ gốc Việt [nguh-ùr-i mĩ góh-c vi-ẹh-t] Vietnamese
  American
bạn gái [bạh-n gáh-i] girlfriend
từ [tùh] from
Ca-li [kah-li] California
chị ấy [chị ún-i] she, her
ở [ửr] to stay
khách sạn [kháh-ck sạh-n] hotel
họ [họr] they, them
đến [déh-n] to come
thăm [that-m] to visit
giới thiệu [zúr-i thi-ẹh-u] to introduce
khoẻ [khor-ẻ] fine, well
đây [dun-i] this, here
"Đây cũng vậy." [dun-i kũ-ng vụn-i] Likewise, *(lit)* "I am so, too."
thì [thì] to be
đâu [dun-u] where
Nữu Ước [nũh-u uh-úr-c] New York
ở đây [ửr dun-i] over here
thích [thíck] to like
Vâng/Dạ [vun-ng/zạh] Yes
chúng tôi [chú-ng toh-i] we, us
nó [nór] it
nhỏ [nhỏr] small
nhưng [nhuh-ng] but
sạch (sẽ)* [sạh-ck (sẽ)] clean
tiện nghi [ti-ẹh-n ngi] convenient

---

* "**Sạch sẽ**" or "**sạch**" means "clean." The word "**sẽ**" in the compound
adjective is added only for tonal harmony, especially in spoken Vietnamese.

KEY TO PRONUNCIATION

khoẻ [kh-or-ẻ] *pronounced as in* "<u>Kh</u>an+<u>or</u>+<u>e</u>mpty," *with tone falling, then rising, means* "fine, fit, strong, well."
khoe [kh-or-e] *pronounced as in* "<u>Kh</u>an+<u>or</u>+<u>e</u>mpty," *with no tone or tone flat, means* "to show off."

Example: **Anh ấy khoe anh ấy khỏe.**
He boasts (that) he is strong.

đâu [dun-u] *pronounced as in* "<u>D</u>an+n<u>un</u>+z<u>oo</u>," *with no tone or tone flat, means* "where."
đầu [dùn-u] *pronounced as in* "<u>D</u>an+n<u>un</u>+z<u>oo</u>," *with tone falling, means* "head, beginning."

Example: **"Đầu ở đâu, đuôi theo đấy."** (*Viet Expression*)
"The head is where the tail follows."

Δ THE VIET WAY

Δ1 "HOW ARE YOU?"

The greeting of **"Anh/Chị khỏe không?"** or "How are you?", is only used for someone whom you know but have not seen for a while. For someone whom you just met, or someone you see almost every day, you should ask about that person's activities, tasks, or duties for the day. For example:

For hotel staff:	**Anh/Chị nghỉ giải lao chưa?**
	Have you taken the break yet?
For friends:	**Anh/Chị đi đâu đó?**
	Where are you going?
For neighbors:	**Anh/Chị dùng/ăn cơm chưa?**
	Have you had a meal/eaten rice yet?

These kinds of questions might sound very intrusive and rude to the Westerner, but they are polite greetings in Vietnam.

Δ2 "THANK YOU."

Whether it is a positive or a negative answer, the Vietnamese always begin a reply with **"Cám ơn"** ("Thank you"). For example:

Anh/Chị khỏe không?	**Cám ơn, tôi khỏe.**
(Are) you well? *(lit)*	Thank you, I (am) fine.
	or:
	Cám ơn, tôi không khỏe.
	Thank you, I (am) not fine.

◊ VĂN PHẠM / GRAMMAR

◊1 PRONOUNS *continued*

◊1.1.2 Plural pronouns *(see pages 23-24 for singular pronouns)*

English	Vietnamese Equivalents
we / us	**chúng tôi** *(<u>excludes</u> the addressed person(s))*
	chúng ta *(<u>includes</u> the addressed person(s))*
	chúng mình/mình *(informal, friendly, intimate version of* **chúng ta***)*
you	**các anh** *(young males),* **các ông** *(older males)*
	các chị *(young females),* **các bà** *(older females)*
	các anh, các chị *(young male(s) and female(s) informal, friendly)*
	các ông, các bà *(older male(s) and female(s))*
	các em *(younger male(s) and female(s), children)*
they / them	**họ** *(for people, both male and female)*
	chúng nó *(for children, or for people held in low regard)*
	các/những cái ấy *(for things only)*
	các/những cái đó *(for things only)*

EXERCISE 1: Change the proper nouns in parentheses into personal pronouns.

1. (Kim và Tom) _____ là khách du lịch ở Việt Nam.

2. (Mai) _____ hỏi (asks) (Kim và Tom) _____ _____.

3. (Kim và Tom) _____ thích khách sạn của anh chị không?

4. (Kim và Tom) _____ trả lời (answer) (Mai) _____,

5. "(Kim và Tom) _____ thích (khách sạn) _____."

6. (Khách sạn) _____ thì nhỏ nhưng tiện nghi.

♦ CÂU MẪU / SENTENCE PATTERNS

♦4 QUESTION WORD ĐÂU (*WHERE*)

Đâu is used at <u>the end</u> of the interrogative sentence to make a question. It must always be preceded by the preposition *ở* (*in*) or **tại** (*at*). However, when the key verb of the question is **đi** (*to go*), **đâu** can be used without a preposition.

	Subject	Verb	đâu?	Preposition + đâu?
Question:	Anh	sống		ở đâu?
	You	live		in where? *(lit)*
	(Where do you live?)			
Answer:	Tôi	sống		ở Nữu Ước.
	I	live		in New York.
Question:	Anh	đi	đâu?	
	You	go	where? *(lit)*	
	(Where do you go?)			
Answer:	Tôi	đi	bãi biển.	
	I	go (to)	the beach.	

More questions with đâu:

Bưu Điện thì ở đâu?
Where is the post office?

Chợ thì ở đâu?
Where is the market?

Xe buýt đi đâu?
Where does the bus go to?

Nhà vệ sinh thì ở đâu?
Where is the restroom?

Khách sạn thì ở đâu?
Where is the hotel?

Đường này dẫn đến đâu?
Where does this way lead to?

EXERCISE 2: Turn the following phrases into questions:

1. **Tom đi du lịch ở Việt Nam.**

_____?

2. **Mai sống ở Sàigòn.**

_____?

3. **Tom và Kim ở khách sạn Trăm Sao.**

_____?

4. **Tom và Kim đi thăm Mai.**

_____?

♦5 VERBS LÀ AND THÌ (TO BE)

- When the complement is a *noun*, "to be" is translated as "**là**."

- When the complement is an *adjective*, "to be" is translated as "**thì**" and the verb can be omitted in spoken language, unless one would want to emphasize the adjective. Subsequently, there is no verb used in the interrogative form.

	Answer word	Subject	là / thì ("to be")	Complement Noun/Adjective	Question word
Statement:		**Mai**	**là**	**một người Việt.**	
		Mai	is	a Vietnamese.	
Statement:		**Mai**	**(thì)**	**khỏe.**	
		Mai	is	fine.	
Question:		**Chị ấy**		**khỏe**	**không?**
		She	(is)	fine	not? *(lit)*
		(Is she fine?)			
Answer:	**Vâng/Dạ,**	chị ấy		**khỏe.**	
	Yes,	she	(is)	fine.	
	or:				
	Không,	chị ấy		**không khỏe**	
	No,	she	(is)	not fine.	

More examples with the verbs là and thì:

Subject + **là một sinh viên.**
... <u>is</u> a student.

Subject + **(thì) đẹp.**
... (is) beautiful.

... là một du khách.
... <u>is</u> a tourist.

... (thì) vui.
... (is) happy.

... là khách làm việc.
... <u>is</u> a guest-worker.

... (thì) ồn.
... (is) noisy.

EXERCISE 3: Fill in the blanks with the correct translation of "to be," and put the verb in parentheses when it can be omitted.

1. **Mây _____ trắng, ruộng _____ xanh,**
   The cloud is white, the rice field is green,

   trâu _____ khoẻ, người nông _____ biết ơn.
   the buffalo is healthy, the farmer is thankful.

2. **"Em _____ trăng, ta _____ rừng,**
   "You are the moon, I am the forest,

   Đêm _____ vô tận.
   the night is endless.

   Trăng _____ sáng không? Rừng _____ sâu không?
   (The) Moon bright not? (The) Forest deep not?

   Để đêm _____ hội."
   Let (the) night be the festival."

LESSON THREE
BÀI HỌC BA

BÀI HỌC BA: "ANH CHỊ LÀ NGƯỜI MỸ, PHẢI KHÔNG?"

ĐÀM THOẠI

Mai, Kim và Tom bây giờ là bạn, họ có một cuộc nói chuyện với nhau. Tom nói với Mai rằng Kim và anh ấy không làm việc ở Việt Nam, họ là du khách, và rằng anh ấy thích đi tham quan thành phố, đi thăm những danh lam và đi bãi biển. Kim cũng thích đi xem bãi biển, nhưng ngại đông người. Mai nói với họ rằng bãi biển Việt Nam thì rất đẹp và không đông lắm.

Mai: Anh chị là người Mỹ, phải không? ♦ 6.1

Tom: Vâng phải, chúng tôi là người Mỹ.

Mai: Anh chị làm việc ở Việt Nam, đúng không?

Kim: Không đúng, chúng tôi không làm việc ở Việt Nam.

Chúng tôi là du khách.

Mai: Anh chị thích làm gì ở Việt Nam?

Tom: Tôi thích đi tham quan thành phố, đi thăm những danh

lam và đi bãi biển. Kim, chị không thích đi bãi biển,

phải không? ♦ 6.2

Kim: Không phải, tôi rất thích đi xem bãi biển. Δ Bãi biển ở

đây (thì) không đông lắm, phải không?

Mai: Vâng phải, nó (thì) không đông lắm, ♦7 và nó (thì) rất

đẹp!

LESSON THREE: "YOU ARE AMERICANS, IS THAT RIGHT?"

CONVERSATION

Mai, Kim, and Tom are now friends, and are having a chat with each other. Tom tells Mai that Kim and he do not work in Vietnam, they are tourists, and that he likes to tour the city, visit landmarks, and go to the beach. Kim also likes to go to see the beach, but is concerned about the crowd. Mai tells them that the beach in Vietnam is very beautiful and not so crowded.

Mai: You are Americans, is that right?

Tom: Yes, that's right, we are Americans.

Mai: You work in Vietnam, is that correct?

Kim: No, that's not correct. We do not work in Vietnam.

We are tourists.

Mai: What do you like to do in Vietnam?

Tom: I like to tour the city, visit landmarks, and go to the beach. Kim, you don't like to go to the beach, right?

Kim: No, that's not right. I would very much like to go to see the beach. The beach is not so crowded here, right?

Mai: Yes, that is right. It is not very crowded and very beautiful!

NGỮ VỰNG / VOCABULARY

người Mỹ [nguh-ùr-i mĩ] American
"… phải không?" [fẳh-i khoh-ng] "… is that right?"
bây giờ [bun-i zùr] now
bạn [bạh-n] friend
có [kór] to have
cuộc nói chuyện [ku-ọh-c nór-i chu-i-ẹh-n] a chat
nhau [nhah-u] each other
nói với … rằng [nór-i vúr-i … ràt-ng] to tell … that
rằng [ràt-ng] that
làm việc [làh-m vi-ẹh-c] to work
du khách [zu kháh-ck] tourist
đi [di] to go
đi tham quan [di thah-m qu-ah-n] to go to tour
thành phố [thàh-nh fóh] city
đi thăm [di that-m] to go to visit
những [nhũh-ng]; **các** [káh-c] *Plural marker for nouns*
danh lam [zah-nh lah-m] landmark
bãi biển [bãh-i bi-ẻh-n] beach
cũng [kũ-ng] also
đi xem [di sem] to go to see
ngại [ngạh-i] to be concerned about
đông (người) [doh-ng (nguh-ùr-i)] crowded (with people)
đẹp [dẹp] beautiful
lắm [lát-m] so
phải [fẳh-i] right
"… đúng không?" [dú-ng khoh-ng] "… is that correct?"
đúng [dú-ng] correct
làm [làh-m] to do

KEY TO PRONUNCIATION

du khách [zu kháh-ck] *pronounced as in* "zoo," *with no tone, and as in* "Khan+Jack," *with tone rising, means* "tourist."

cách [káh-ck] *pronounced as in* "can+Jack," *with tone rising, means* "how, way."

Example: **Cô ấy biết cách đãi du khách.**
She knows how to treat the tourist.

người [nguh-ùr-i] *pronounced as in* "long+huh+fur+in," *with tone falling, means* "people."

cười [kuh-ùr-i] *pronounced as in* "can+huh+fur+in," *with tone falling, means* "to laugh."

lười [luh-ùr-i] *pronounced as in* "lane+huh+fur+in," *with tone falling, means* "lazy."

Example: **Người cười người lười.**
People laugh at those who are lazy.

bạn [bạh-n] *pronounced as in* "Bob+ah+nun," *with tone dips, then cuts off abruptly, means* "friend."

bán [báh-n] *pronounced as in* "Bob+ah+nun," *with tone rising, means* "to sell."

bàn [bàh-n] *pronounced as in* "Bob+ah+nun," *with tone falling, means* "table."

Example: **Hai người bạn bán bàn.**
The two friends sell the table.

ΔTHE VIET WAY

Δ BODY LANGUAGE FOR "YES" AND "NO" ANSWERS

The answer given to a Vietnamese negative question, which is explained in ♦ Sentence Patterns 6.2 (*see page 46*), is grammatically confusing to non-Vietnamese speakers. The body language accompanying the answer can be even more puzzling. Consider the following examples:

Example 1:
You are not French, and are asked: **"Anh không phải là người Pháp, phải không?"** ("You are not French, is that right?"). You nod your head, demonstrating that the questioner is right with his/her question, then you shake your head, agreeing with his/her statement: **"Vâng phải, tôi không phải là người Pháp."** ("Yes that's right, [you're right] I am not French.")

Example 2:
You are a tourist, and are asked: **"Anh không phải là du khách, phải không?"** ("You are not a tourist, is that right?"). You shake your head, demonstrating that the questioner is not right with his/her question, then you nod your head, rebuking his/her statement: **"Không phải, tôi là khách du lịch."** ("No, that's not right, [you're not right] I am a tourist.")

This type of answer and the body language often cause misunderstandings in diplomatic as well as business affairs with foreigners when the Vietnamese keep nodding their heads but in fact they disagree, or they shake their heads while they mean to agree. Until you can master this way of responding to a question you may wish to avoid posing negative questions to others. In cases where you have to give an answer to a negative question and respond with a full affirmative or negative sentence—avoid using body language of your own until you're comfortable with Viet social mores.

◊VĂN PHẠM / GRAMMAR

◊2.1 CLASSIFIERS

A classifier is a noun that has its own meaning, but is also used as the *head word* preceding an adjective or a verb. This combination changes the two words into a compound noun and helps to identify the specific meaning of it. For example:

thơm *(adj)* **mùi thơm**   **quả thơm**   **tiếng thơm**
fragrant   fragrant smell   pineapple   good reputation

nói *(v)*   **điệu nói**   **giọng nói**   **tiếng nói**
to speak   speaking manner   speaking voice   language

Some general classifiers are given in the following table:

Category	Classifier	Example
country	**nước**	**nước Mỹ** (United States), **nước Pháp** (France), **nước Trung Hoa** (China), **nước Việt Nam** (Vietnam)
people	**người**	**người Mỹ** (American), **người Pháp** (French), **người Hoa** (Chinese), **người Việt** (Vietnamese)
language	**tiếng**	**tiếng Anh** (English), **tiếng Pháp** (French), **tiếng Hoa** (Chinese), **tiếng Việt** (Vietnamese)

EXERCISE 1: Write the correct classifiers in the blanks.

1. _____ **Việt** (Viet people)

2. _____ **Mỹ** (U.S.A.)

3. _____ **Việt Nam** (Vietnam)

4. _____ **Mỹ** (American)

5. _____ **Việt** (Viet language)

6. _____ **Anh** (English)

7. _____ **Pháp** (French people)

8. _____ **Pháp** (France)

9. _____ **Trung Hoa** (China)

10. _____ **Hoa** (Chinese language)

♦ CÂU MẪU / SENTENCE PATTERNS

♦6.1 QUESTION PHRASES PHẢI/ĐÚNG KHÔNG?
(*IS THAT RIGHT/CORRECT?*)

The question phrase is added to the end of a statement, asking for an agreement or a disagreement, or a confirmation from the listener. It is similar to "a tag question" in English, for example: "He is Tom, <u>isn't he</u>?" However, the tag part in Vietnamese remains unchanged in both negative and positive questions.

	Answer word	Subject	Verb	Object	Question phrase
Question:		**Anh ấy**	**là**	**Tom,**	**phải không?**
		He	is	Tom,	is that right?
		(He is Tom, isn't he?)			
Answer:	**Vâng phải.**	**Anh ấy**	**là**	**Tom.**	
	Yes, that's right.	He	is	Tom.	
or:					
	Không phải.	**Anh ấy** <u>**không phải** là</u>		**Tom.**	
	No, that's not right.	He	is not	Tom.	

♦6.2 NEGATIVE QUESTIONS AND ANSWERS WITH PHẢI/ĐÚNG KHÔNG?

Answering a negative question is quite confusing to non-Vietnamese speakers as the Vietnamese always first state whether the questioner is right/correct or not in his/her assessment, then the answerer expresses his/her agreement or disagreement to the question.

	Answer word	Subject	Negative không phải	Verb	Object	Question phrase
Question 1:		**Tom**	**không phải**	**là**	**người Việt,**	**phải không?**
		Tom		is not	Vietnamese,	is that right?
Answer:	**Vâng phải, Tom**		**không phải**	**là**	**người Việt.**	
	Yes, that's right (*you're right with your assessment*), Tom is not Vietnamese.					
	(No, Tom is not Vietnamese.)					

	Answer word	Subject	Negative không phải	Verb	Object	Question phrase
Question 2:		Tom	không phải	là	người Mỹ,	đúng không?
		Tom		is not	American,	is that correct?
Answer:	Không đúng,	Tom		là	người Mỹ.	

No, that's not correct (*you're not correct with your assessment*), Tom is American.
(Yes, Tom is American.)

EXERCISE 2: Use the sample sentences below to make questions by using the question tags **phải không?** or **đúng không?** and then provide your own answers.

1. **Mai là người Việt.**

_____

_____

2. **Chị ấy không nói tiếng Anh.**

_____

_____

3. **Tom và Kim không phải là khách du lịch.**

_____

_____

4. **Họ thích đi tham quan thành phố.**

_____

_____

5. **Kim không thích đi bãi biển.**

_____

_____

♦7 EXCLAMATORY PHRASES

The Vietnamese exclamatory is expressed by the combination of an adjective and an intensifier. While the intensifier **rất** (*very*) precedes an adjective, and the intensifier **lắm** (*so, very*) follows an adjective, intensifiers **thật/quá** (*really, so*) can be used either before or after the adjectives. Additionally, vocal inflection is used to increase the intensity of an exclamation, as in English.

Intensifier precedes adjective: **Rất đẹp!**
Very beautiful!

Intensifier follows adjective: **Đông lắm!**
Crowded so! (*lit*) (So crowded!)

Intensifier either precedes adjective:
Thật/Quá đẹp!
Really/So beautiful!

or follows adjective:
Đông quá/thật!
Crowded really/so! (*lit*)
(Really/So crowded!)

More Adjectives

dễ [zẽh] easy	**khó** [khór] difficult	**xa** [sah] far	**gần** [gùn] close
tốt [tóh-t] good	**xấu** [sún-u] bad	**dài** [zàh-i] long	**ngắn** [ngát-n] short
mới [múr-i] new	**cũ** [kũ] old	**nhanh** [nhah-nh] fast	**chậm** [chụn-m] slow
nóng [nór-ng] hot	**lạnh** [lạh-nh] cold	**ồn (ào)** [òh-n (àh-oh)] noisy	**yên tĩnh** [i-eh-n tĩnh] quiet

EXERCISE 3: Make exclamatory phrases with the following intensifiers and adjectives:

Intensifiers: rất, lắm, quá, thật
Adjectives: đẹp, đông, nhiều, sạch, yên tĩnh

1. _____!

2. _____!

3. _____!

4. _____!

5. _____!

LESSON FOUR
BÀI HỌC BỐN

BÀI HỌC BỐN: "CÓ XE BUÝT ĐI BÃI BIỂN KHÔNG?"

ĐÀM THOẠI

Mai, Kim và Tom làm một chuyến đi bãi biển. Họ khám phá ra là xe buýt đi bãi biển không có máy lạnh, nên họ quyết định đi bằng xe tắc-xi. Mai báo động với Tom rằng bãi biển thì rất nóng, và rằng anh ấy cần đem theo dù và kính mát. Trong khi đó, Kim hỏi Mai nơi nào chị ấy có thể mua kem chống nắng, trái cây và vài chai nước cho chuyến đi của họ.

Tom: Có xe buýt đi bãi biển không? ♦8.2

Mai: Vâng có, ạ, Δ nhưng xe buýt không có máy lạnh.

Kim: Xe tắc-xi có máy lạnh không? ♦8.1

Mai: Vâng có, ạ. Anh chị muốn đi bằng tắc-xi không?

Tom: Vâng muốn. Bãi biển (thì) có nóng không? ♦8.3

Mai: Nóng lắm! Mình cần đem theo dù và kính mát.

Tom: Tôi có một máy ảnh. Nên đem theo không? ♦9

Kim: Đem theo. ♦9 Mai, có một cửa hàng gần đây không?

Mai: Thưa có, ạ. Chị cần mua gì?

Kim: Kem chống nắng, trái cây và vài chai nước.

Tom: Ở đâu có phụ nữ, ở đấy không có lo.

LESSON FOUR: "IS THERE A BUS GOING TO THE BEACH?"

CONVERSATION

Mai, Kim and Tom take a trip to the beach. They discover that the bus to the beach has no air-conditioning, so they decide to go by taxi. Mai warns Tom that the beach is very hot, and that he needs to bring along an umbrella and sunglasses. Meanwhile, Kim asks Mai where she can buy sunscreen, fruit, and a few bottles of water for their trip.

Tom: Is there a bus going to the beach?

Mai: Yes, there is, my friend, but the bus has no air-conditioning.

Kim: Does the taxi have air-conditioning?

Mai: Yes, it does, my friend. Do you want to go by taxi?

Tom: Yes, I do. Is the beach hot?

Mai: Very hot! We need to bring along umbrellas and sunglasses.

Tom: I have a camera. Should I bring it along?

Kim: Bring it along. Mai, is there a shop nearby?

Mai: Humbly (speaking) yes, there is, my friend. What do you need to buy?

Kim: Sunscreen lotion, fruit, and a few bottles of water.

Tom: Where there is a woman, there is no worry.

NGỮ VỰNG / VOCABULARY

có [kór] there is/are, to have
xe buýt [se bu-ít] bus
chuyến đi [chu-i-éh-n di] trip
làm một chuyến đi [làh-m mọh-t chu-i-éh-n di] to take a trip
khám phá ra [kháh-m fáh rah] to discover
là [làh] that
máy lạnh [máy-i lạh-nh] air-conditioning
nên [neh-n] so, therefore; should
quyết định [qu-i-éh-t dịnh] to decide
bằng [bàt-ng] by
xe tắc-xi [se tát-c si] taxi
báo động [báh-oh dọh-ng] to warn
nóng [nór-ng] hot
cần [kùn] to need
đem theo [dem the-i-oh] to bring along
dù [zù] umbrella
kính mát [kính máh-t] sunglasses
trong khi đó [tror-ng khi dór] meanwhile
hỏi [hỏr-i] to ask
nơi nào [nur-i nàh-oh] where, *relative pronoun for interrogative sentence*
mua [mu-ah] to buy
có thể [kór thẻh] can, could
kem chống nắng [kem chóh-ng nát-ng] sunscreen lotion
trái cây [tráh-i kun-i] fruit
(một) vài [(mọh-t) vàh-i] a few
chai nước [chah-i nuh-úr-c] bottle of water
ạ [ạh] Sir, Madam (*formal*); my friend (*informal*), *polite word for the end of the sentence*
"có ... không?" [kór khoh-ng] "whether/if ... or not?"
mình [mình] we, us (*intimate personal pronoun*)
máy ảnh/hình [máy-i ảh-nh/hình] camera

cửa hàng/tiệm [kủh-ah hàh-ng/ti-ẹh-m] shop
gần đây [gùn dun-i] nearby
thưa [thuh-ah] to humbly reply; Humbly speaking *(polite word for the begin of the sentence)*
ở đâu [ử dun-u] where, wherever
phụ nữ [fụ nũh] woman
ở đấy/đó [ử dún-i/dór] there, over there
lo [lor] worry; to worry

KEY TO PRONUNCIATION

chuyến đi [chu-i-éh-n di] *pronounced as in* "church+zoo+ tier+nun," *with tone rising, and* "Dan+ski," *with no tone, means* "trip."

chuyện [chu-i-ẹh-n] *pronounced as in* "church+zoo+tier+ nun," *with tone dips, then cuts off abruptly, means* "story."

Example: **Có nhiều chuyện từ chuyến đi.**
There are many stories from the trip.

đi bằng [di bàt-ng] *pronounced as in* "Dan+ski," *with no tone, and* "bat+long," *with tone falling, means* "to go by (a particular means of transportation)."

đi băng [di bat-ng] *pronounced as in* "Dan+ski," *with no tone, and* "bat+long," *with no tone or tone flat, means* "to go across."

Example: **Chúng tôi đi băng qua sông bằng thuyền.**
We go across the river by boat.

△ THE VIET WAY

△ POLITE WORDS

- **Dạ** (*yes*) or **Thưa** (*humbly speaking; to humbly reply*). Either one of these words or both of them combined as **"Dạ thưa"** may be used at the *beginning* of a sentence or a word to show politeness to the listener.
- The word **ạ** is the equivalent of a formal "Sir/Madam" or an informal "my friend" in English. It is used at the *end* of a sentence or a word to express the highest form of respect and formality.

These polite words appear in the same order in every grammatical structure. The effort of using them is minimal, but can give the listener a very good impression of the character of the speaker. Here are some ways they can be used:

- **Short questions and answers:** Vietnamese people do not usually consider the short form of questions and answers as polite, *unless* accompanied by the polite words:

Short Form	Short Form with Polite Words
Có không? Do you have it?	**Dạ / Thưa / Dạ thưa, có không, (ạ)?** Humbly, do you have it, (sir)?
Có. Yes, I have.	**Dạ / Thưa / Dạ thưa, có (ạ).** Humbly, yes, I have, (madam).
Không có. No, I don't have.	**Dạ / Thưa / Dạ thưa, không có (ạ).** Humbly, no, I don't have, (my friend).

- **To alter the meaning of a verb:** The verb **muốn** means "to want" in English. To give the verb the meaning of "would like," polite words are added to the sentence. For example:

Short Form	Polite Short Form
Anh muốn gì? What do you want?	**Dạ / Thưa / Dạ thưa, anh muốn gì, (ạ)?** Humbly, what would you like, (my friend)?
Tôi muốn ra đi. I want to leave.	**Dạ / Thưa / Dạ thưa, tôi muốn ra đi, (ạ).** Humbly, I would like to leave, (my friend).

◊ VĂN PHẠM / GRAMMAR

◊2.2 CLASSIFIERS *continued*

The best way to learn to effectively use Vietnamese classifiers is to memorize classifier/common noun pairs. More general classifiers are shown in the following table:

Category	Classifier	Example
thing	**cái**	**cái mũ** (hat), **cái bản đồ** (map), **cái dù** (umbrella)
fruit	**quả/trái**	**quả/trái chuối** (banana), **quả/trái soài** (mango), **quả/trái cam** (orange)
machine	**máy**	**máy lạnh** (air-conditioning), **máy vi tính** (computer), **máy ảnh** (camera)
vehicle	**xe**	**xe đạp** (bicycle), **xe buýt** (bus), **xe tắc-xi** (taxi)

EXERCISE 1: Fill in the blanks with the correct classifiers.

1. _____ **tắc-xi** (taxi)   2. _____ **dù** (umbrella)

3. _____ **mũ** (hat)   4. _____ **chuối** (banana)

5. _____ **soài** (mango)   6. _____ **đạp** (bicycle)

7. _____ **bản đồ** (map)   8. _____ **ảnh** (camera)

9. _____ **buýt** (bus)   10. _____ **vi tính** (computer)

◊3 NOUNS

Vietnamese nouns do not have gender or plural forms.

Gender: An adjective indicating gender is placed *after* a noun. There are generally three kinds of gender adjectives that one can use appropriately to modify a noun:

- For animals, use **đực** *(male)* or **cái** *(female)*
  For example: **bò đực** bull   **bò cái** cow
  Exception: **gà sống/trống** cock   **gà mái** hen

- For babies and young children, use **trai** *(male)* or **gái** *(female)*
  For example: **con trai** boy   **con gái** girl
- For adults, use **ông/nam** *(male)* or **bà/nữ** *(female) before* the
  noun
  For example: **ông bác sĩ**   **bà bác sĩ**
                  male doctor   female doctor
                  nam ca sĩ   **nữ ca sĩ**
                  male singer   female singer

Singular nouns: For the singular form, the adjective **mỗi** (*every*),
or **từng** (*each*), or **một** (*one*) is placed *before* the noun.

Plural nouns: For the plural form, the adjective **nhiều** (*many/much*), an adjectival cardinal number, or a plural marker such as **những/các** is placed *before* the noun.

	Adjective	Adjectival cardinal number	Plural marker
Singular	**mỗi** (every), **từng** (each)	**một** (one)	
Example:	**mỗi đứa trẻ** every child	**một đứa trẻ** one child	
Plural	**nhiều**		**những/các**
Example:	**nhiều đứa trẻ** many children	**ba đứa trẻ** three children	**những/các đứa trẻ** children

EXERCISE 2: Change the following nouns into plural forms.

1. **Một máy ảnh** → _____
   A camera   (with plural adjective)

2. **Một cái dù** → _____
   An umbrella.   (two)

3. **Một cái mũ** → _____
   A hat   (with plural marker)

4. **Một người** → _____
   A person   (with plural adjective)

5. **Một xe buýt** → _____
   A bus   (three)

♦ CÂU MẪU / SENTENCE PATTERNS

♦ 8 VERB CÓ (*TO HAVE*)

♦ 8.1 The verb **có** (*to have*) is used after the subject:

	Answer word	Subject	Verb (*to have*)	Object	Question word
Statement:		Tom	có	một máy ảnh.	
		Tom	has	a camera.	
Question:		Tom	có	một máy ảnh	không?
		Does Tom have a camera?			
Answer:	Vâng,	anh ấy	có.		
	Yes,	he	has.		
	or				
	Không,	anh ấy	không có,		
	No,	he	does not.		

♦ 8.2 Có (*there is/are*) is used at the beginning of a sentence:

	Answer word	Verb (*There is/are*)	Object	Question word
Statement:		Có	máy lạnh trong xe tắc-xi.	
		There is	air-conditioning in the taxi.	
Question:		Có	máy lạnh trong xe tắc-xi	không?
		Is there	air-conditioning in the taxi?	
Answer:	Vâng,	có.		
	Yes,	there is.		
	or			
	Không,	không có,		
	No,	there is not.		

EXERCISE 3: In the following sentences, put the word **có** meaning "there is/are," in parentheses, and underline the word **có** meaning "to have."

1. Thành phố có nhiều danh lam.
2. Có nhiều khách sạn trong thành phố.
3. Tom có một máy ảnh.
4. Kim có vài chai nước.

5. Việt Nam có nhiều bãi biển đẹp.

6. Có nhiều du khách ở bãi biển.

♦ **8.3** In an interrogative sentence that ends with the question word **không?**, the word **có** (*whether / if ... or*) should be preceded by a subject and followed by a verb or an adjective.

	Answer word	Subject	có	Verb or adjective	Question word
Question:		Anh	có	đi	**không?**
		Do you go			or not?
Answer:	Vâng,	tôi		đi.	
	Yes,	I		do.	
Question:		Anh	có	mệt	**không?**
		Are you		tired	or not?
Answer:	Không,	tôi		không mệt.	
	No,	I		am not tired.	

EXERCISE 4: Translate the following sentences into Vietnamese:

1. Do you like it or not?

_____

2. Is it far or not?

_____

3. Does he speak Vietnamese or not?

_____

4. Do they go to the beach or not?

_____

5. Is it crowded or not?

_____

◆ 9 VERY SHORT QUESTIONS AND ANSWERS

In casual conversation, Vietnamese people use the very short forms for questions and answers. The use of the subject is optional, and it may be omitted, while the object is implied, but not stated.

- To form a short question, question words such as **gì**, or **không**, or **đâu** are added to the key verb.

- To give a short positive answer, the key verb is used to indicate "yes" while the use of **không** before the key verb indicates a negative answer.

- The phrase **gì cả/hết** (*anything at all*), or **đâu cả/hết** (*any where at all*) is added at the end of the phrase to further emphasize negation.

Short question *verb + question word*	Positive short answer *verb + (object)*	Negative short answer *không + verb (+ gì cả/hết)* *không + verb (+ đâu cả/hết)*
Muốn không? Want not? (Want it?)	**Muốn.** Want. (Yes.)	**Không muốn.** Not want. *(lit)* (No.)
Cần gì? Need what? (Need anything?)	**Cần kính mát.** Need sunglasses. (Sunglasses.)	**Không cần gì cả/hết.** Not need anything at all. *(lit)* (Nothing at all.)
Đi đâu? Go where? (Go anywhere?)	**Đi bãi biển.** Go to the beach. (To the beach.)	**Không đi đâu cả/hết.** Not go anywhere at all. *(lit)* (Nowhere.)

EXERCISE 5: Change the following questions and answers into the very short form:

1. **Anh có gì?**

_____?

2. **Tôi không có gì hết.**

_____.

3. Anh muốn đi bãi biển không?

_____?

4. Vâng, tôi muốn.

_____.

5. Chúng ta cần một máy ảnh không?

_____?

6. Không, chúng ta không cần.

_____.

LESSON FIVE
BÀI HỌC NĂM

BÀI HỌC NĂM: "CHÚNG TA HÃY ĐI CHỢ!"

ĐÀM THOẠI

Hôm nay, trong khi Mai ở chỗ làm, Kim và Tom đi tham quan thành phố. Chuyến đi của họ bao gồm đi thăm viện Bảo tàng, toà Thị Sảnh và dinh Độc Lập. Sau đó, Kim đề nghị họ đi chợ Bến Thành. Tom thì lưỡng lự vì họ không biết đường đi, nhưng Kim quyết định hỏi cách đi đường.

Kim: Xin lỗi. Xin cho phép tôi hỏi, Δ1 Ông có thể vui lòng giúp tôi không? ♦10

Man: Vâng, tôi có thể giúp gì?

Tom: Làm ơn cho tôi hỏi, Δ1 chợ Bến Thành (thì) ở đâu?

Man: Nó (thì) ở đằng kia, xa đây một chút.

Kim: Chúng tôi có thể đi bộ đến đó không? ♦10

Man: Vâng, anh chị có thể.

Tom: Xin chỉ chúng tôi đường đi. ♦11

Man: Hãy đi đến ngã tư kia, ♦11 rẽ trái ở đại lộ Lê Lợi, Δ2 đi dọc theo đại lộ, băng qua ba đèn xanh đèn đỏ, đi thẳng đến khi anh chị thấy một công trường. Chợ (thì) ở bên phải, đối diện với công trường.

Tom: Có đường tắt không?

Man: Đường tôi chỉ cho anh chị là đường tắt.

Kim: Cám ơn ông rất nhiều.

Man: Không có chi. Chúc may mắn! Và đừng đi lạc trong chợ! ♦11

LESSON FIVE: "LET'S GO TO THE MARKET!"

CONVERSATION

Today, while Mai is at work, Kim and Tom go for a tour of the city. Their trip includes visits to the museum, City Hall, and Independence Hall. Afterwards, Kim suggests that they go to Ben Thanh market. Tom is hesitant because they don't know the way, but Kim decides to ask for directions.

Kim: Excuse me. May I ask you, could you please help me?

Man: Yes, what can I help you with?

Tom: Kindly allow me to ask you, where is Ben Thanh market?

Man: It is in that direction, a little far from here.

Kim: Can we walk there?

Man: Yes, you can.

Tom: Please tell us the way.

Man: Go to that intersection; turn left at Le Loi Boulevard, go along the boulevard, cross three traffic lights, and then go straight until you see a square. The market is on the right, opposite the square.

Tom: Is there a shortcut?

Man: The way I told you is the shortcut.

Kim: Thank you very much.

Man: You are welcome. Good luck! And don't get lost in the market!

NGỮ VỰNG / VOCABULARY

Chúng ta hãy ... [chú-ng tah hãy-i] Let's ... *(imperative)*
chợ [chụr] market
hôm nay [hoh-m nay-i] today
trong khi [tror-ng khi] while
ở chỗ làm [ửr chõh làh-m] at work place
(bao) gồm [(bah-oh) gòh-m] to include
viện Bảo tàng [vi-ẹh-n bảh-oh tàh-ng] museum
toà Thị Sảnh [tor-àh thị sảh-nh] City Hall
dinh Độc Lập [dinh dọh-c lụn-p] Independence Hall
sau đó [sah-u dór] afterwards
đề nghị [dèh ngi] to suggest
lưỡng lự [luh-ũr-ng lụh] hesitant
vì [vì] because
biết [bi-éh-t] to know
đường đi [duh-ùr-ng di]; **lối đi** [lóh-i di] way
cách đi đường [káh-ck di duh-ùr-ng] way to go, directions
Xin lỗi [sin lõh-i] Excuse me
ông [oh-ng] you (*middle aged or old male*)
vui lòng [vu-i lòr-ng] to be pleased
giúp [zú-p] to help
Xin [sin] Please
cho phép [chor fép] may, to allow
đằng [dàt-ng]; **phía** [fí-ah] direction
kia/đó [ki-ah/dór] that, those, there, over there
xa [sah] far
đi bộ [di bọh] to walk
đó [dór] there
chỉ [chỉ] to tell, to show
ngã tư* [ngãh tuh] four-street intersection

---

* **ngã**, or "intersection," is clarified by the number of the streets that meet the intersection, for example:

ngã ba	**ngã tư**	**ngã năm**
three street intersection	four street intersection	five street intersection

<u>rẽ/quẹo</u> [<u>rẽ/quẹ-i-oh</u>] to turn
trái [tráh-i] left
đại lộ [dạh-i lọh] boulevard
dọc theo [zọr-c the-i-oh] along
băng qua [bat-ng qu-ah] to cross
đèn xanh đèn đỏ** / **đèn giao thông** [dèn sah-nh dèn dỏr /
    dèn zah-oh thoh-ng] traffic lights
thẳng [thẳt-ng] straight
(cho) đến khi [(chor) déh-n khi] till, until
thấy [thún-i] to see
công trường [koh-ng truh-ùr-ng] square
bên phải [beh-n fảh-i] right side
đối diện [dóh-i zi-ẹh-n] opposite
đường tắt [duh-ùr-ng tát] shortcut
Chúc may mắn! [chú-c may-i mát-n] Good luck!
đừng [dùh-ng] do not *(imperative)*
đi lạc [di lạh-c] (to go) to get lost
trong [tror-ng] in

****đèn xanh, đèn đỏ** ("green light, red light") is more commonly used in Viet-
namese than the more literal translation of "traffic light," **đèn giao thông.**

KEY TO PRONUNCIATION

công trường [koh-ng truh-ùr-ng] *pronounced as in* "<u>c</u>an+<u>oh</u>+
lo<u>ng</u>," *with no tone, and* "<u>tr</u>ain+<u>huh</u>+<u>fur</u>+lo<u>ng</u>,"
with tone falling, means "square."

công đường [koh-ng duh-ùr-ng] *pronounced as in* "<u>c</u>an+<u>oh</u>+
lo<u>ng</u>," *with no tone, and* "<u>D</u>an+<u>huh</u>+<u>fur</u>+lo<u>ng</u>,"
with tone falling, means "public office."

Example: **Công đường thì ở công trường.**
The public office is at the square.

hãy [hãy-i] *pronounced as in* "<u>hi</u>+d<u>ay</u>+b<u>ee</u>," *with tone dips,
then rises, means* "let's."

háy [háy-i] *pronounced as in* "<u>hi</u>+d<u>ay</u>+b<u>ee</u>," *with tone rising,
means* "to wink."

Example: **Chúng ta hãy háy.**
Let's wink.

miệng [mi-ẹh-ng] *pronounced as in* "<u>M</u>ike+<u>tier</u>+si<u>ng</u>" *with
tone dips, then cuts off abruptly, means* "mouth."

miếng [mi-éh-ng] *pronounced as in* "<u>M</u>ike+<u>tier</u>+si<u>ng</u>," *with
tone rising, means* "piece, fragment."

miểng [mi-ẻh-ng] *pronounced as in* "<u>M</u>ike+<u>tier</u>+si<u>ng</u>," *with
tone falling, then rising, means* "broken piece, fragment."

Example: **"Tay làm mười miếng, miệng ăn một
miểng."** (*Viet idiom*)
"The hands make ten pieces, the mouth eats a
fragment (of it)."

Δ THE VIET WAY

Δ1 ASKING FOR ASSISTANCE

Native Vietnamese always ask for permission to ask a question before actually stating the principal request.

- For a polite request, courtesy words are added at the beginning of the sentence.
- As in English, **xin lỗi** (*excuse me*) is used to begin the inquiry, and **cám ơn** (*thank you*) is used to conclude the conversation. Typically, a Vietnamese person bows his or her head toward the answerer as a gesture of gratitude.

Polite word	Initial question	Principal (intended) request
Làm ơn Kindly	**cho (phép) tôi hỏi,** allow me to ask,	**anh có thể giúp tôi không?** can you help me?
Vui lòng If it pleases you	**có thể cho tôi hỏi,** may I ask,	**chợ Bến Thành (thì) ở đâu?** where Ben Thanh market is?
Xin Please	**cho (phép) tôi hỏi,** allow me to ask,	**có xe buýt đi bãi biển không?** is there a bus to the beach?

Δ 2 PROPER NOUNS

In Vietnamese, nouns for alley, street, boulevard, square, hotel, market, shop, hospital, etc … come *before* the proper noun or number. For example:

<u>ngõ/hẻm</u> **153**
alley 153

<u>phố/đường</u> **Hai Bà Trưng**
Hai Ba Trung street

Khách sạn Trăm Sao
Trăm Sao Hotel

Công trường Mê Linh
Me Linh Square

◊VĂN PHẠM / GRAMMAR

◊4 ADJECTIVES

Vietnamese adjectives are placed <u>after</u> the noun they describe. For example:

thành phố *(n)* <u>**đông**</u> *(adj)*   **bãi biển** *(n)* <u>**đẹp**</u> *(adj)*
crowded city   beautiful beach

◊4.1 Demonstrative Adjectives: đây, này (*this, these*) and kia/đó (*that, those*)

• **Đây, này** and <u>**kia/đó**</u> are placed <u>after</u> the noun. For example:

Đường <u>**này**</u> **là đường tắt.**   **Bãi biển** <u>**đó**</u> **thì rất đẹp.**
<u>This</u> way is the short cut.   <u>That</u> beach is very beautiful.

• **Đây** is used instead of **này** in social introductions. For example:

Đây là Mai.
This is Mai.

• All demonstrative adjectives remain unchanged in the plural form. Instead, a plural marker **những** or **các** is used to indicate that the noun is plural. For example:

chỗ <u>**này**</u>   **những** *(plural marker)* **chỗ** <u>**này**</u>
this place   these places

người <u>**kia**</u>   **các** *(plural marker)* **người** <u>**kia**</u>
that person   those people

EXERCISE 1: Underline the nouns and put the adjectives in parentheses in the following Vietnamese sentences:

1. **Khách sạn kia thì ở một thành phố đông người.**

2. **Thành phố này có nhiều bãi biển đẹp.**

3. **Đây là Kim, kia là Tom.**

4. **Họ là du khách Mỹ; chúng tôi là sinh viên Pháp** (*French students*).

5. **"Trâu chậm uống nước đục."** (*Viet idiom*)
   "Slow buffalo drinks muddy water."

6. **"Ăn cơm Tầu, ở nhà Tây, lấy vợ Nhật."** (*Viet proverb*)
"Eat Chinese food, live in a French house, and marry a Japanese wife."

◊5 PREPOSITIONS

Vietnamese prepositions are used in the same way as in English.

Place
at, in = **ở** [ửr]
between = **giữa** [zũh-ah]
in back of = **sau** [sah-u]
in front of = **trước** [truh-úr-c]
in, inside = **trong** [tror-ng]
next to = **cạnh** [kạh-nh]
opposite = **đối diện** [dóh-i zi-ẹh-n]
out of, outside = **ngoài** [ngor-àh-i]

Direction
along = **dọc theo** [zọr-c the-i-oh]
down = **xuống** [su-óh-ng]
from = **từ** [tùh]
into = **vào** [vàh-oh]
out of = **ra** [rah]
straight = **thẳng** [thảt-ng]
to = **đến** [déh-n]
up = **lên** [leh-n]

Time
about, around = **khoảng** [khor-ảh-ng]
after = **sau** [sah-u]
at, by = **vào** [vàh-oh]
before = **trước** [truh-úr-c]
during = **suốt** [su-óh-t]
for = **mất** [mún-t]
since = **từ khi** [tùh khi]
until, till = **đến khi** [déh-n khi]

EXERCISE 2: Fill in the blanks with the correct prepositions:
dọc theo; đến; đến; đến khi; ở; ở cạnh; thẳng; từ.

Kim và Tom muốn đi bộ _____ chợ _____ khách

sạn. Họ đi _____ đại lộ Lê Lợi _____ họ thấy đại

lộ Nguyễn Huệ, họ rẽ phải _____ đèn xanh đèn đỏ, và

đi _____ _____ khách sạn. Khách sạn của họ thì

ở _____ một cửa hàng.

♦ CÂU MẪU / SENTENCE PATTERNS

♦10 AUXILIARY VERB CÓ THỂ (*CAN, COULD, MAY, MIGHT*)

The auxiliary verb **có thể** comes before the verb it modifies and is used to express:

- an ability or the possibility to do something:
  Tôi có thể nói tiếng Việt.
  I can speak Vietnamese.

- a request for assistance:
  Anh có thể giúp tôi không?
  Could you help me?

- a request for permission:
  Tôi có thể đi vào không?
  May I come in?

To form a question, the question word **không?** is added at *the end* of the statement. In a short positive answer, the auxiliary verb **có thể** is used to indicate "Yes, … can." In a short negative answer, the words **không thể** are used to indicate "No, … cannot."

	Answer word	Subject	Aux. verb (*can*)	Verb	Object	Question word
Statement:		Cô ấy	có thể	giúp	anh ấy.	
		She	can	help	him.	
Question:		Cô ấy	có thể	giúp	anh ấy	không?
		Can she		help	him?	
Answer:	Vâng,	cô ấy	có thể.			
	Yes,	she	can.			
	or					
	Không,	cô ấy	không thể.			
	No,	she	cannot.			
Very short answer			Có thể.			
			or			
			Không thể.			

EXERCISE 3: Add the auxiliary verb **có thể** to the following sentences:

1. **Anh nói tiếng Việt không?**

   _____?

2. **Tôi nói tiếng Việt.**

   _____.

3. **Anh chị giúp tôi không?**

   _____?

4. **Chúng tôi giúp anh.**

   _____.

5. **Họ đi đâu?**

   _____?

6. **Họ đi bãi biển.**

   _____.

♦11 IMPERATIVES

As in English, the Vietnamese express the imperative mood by using the key verb without indicating its subject. However, aside from the language of the government or a recognized authority, it is considered rude to use the imperative mood without adding the word(s) of command to the key verb.

- **Hãy** (*Let*) is a positive word of command. It is used <u>before the key verb</u> to express a friendlier and more polite imperative. When the command includes the speaker, **hãy** is preceded by the personal pronoun **chúng ta** ("we"). For example:

<u>Hãy</u> **đi!**	<u>Chúng ta hãy</u> **đi!**
Go!	Let's go!

- **Không** or **Đừng**, the politer equivalent, are negative commanding words used similarly to "don't" or "not" in English.

- To be polite, **xin** (*please*) or **vui lòng** (*be pleased*) are added to the beginning of an imperative sentence.

	Polite words	Commanding words	Verb	Object
Positive:			Đến	đây!
			Come	here!
		Hãy	đến	đây
	Xin/Vui lòng	hãy	đến	đây!
	Please		come	here!
Negative:		Đừng/Không	hút	thuốc!
		Do not	smoke	cigarette!
	Xin/Vui lòng	đừng/không	hút	thuốc!
	Please	do not	smoke	cigarette!

EXERCISE 4: Change the following sentences to the imperative mood, using words of command:

1. **Anh đợi ở đây.**

_____!

You wait here.

2. **Chúng ta không đi lối này.**

_____!

We do not go this way.

3. **Anh rẽ phải.**

_____!

You turn right.

4. **Anh không chụp ảnh.**

_____!

You do not take a photograph.

5. **Chúng ta bỏ mũ và cởi giầy.**

_____!

We take off our hats and shoes.

6. **Chúng ta giữ im lặng.**

_____!

We keep quiet.

LESSON SIX
BÀI HỌC SÁU

BÀI HỌC SÁU: "BÂY GIỜ LÀ MẤY GIỜ RỒI?"

ĐÀM THOẠI

Kim điện thoại Mai và hỏi nếu Mai muốn đi thăm một phòng tranh với chị ấy. Mai nói với Kim rằng phòng tranh đóng cửa đến hai giờ để nghỉ trưa, và đề nghị Kim, họ điện thoại Tom và rủ anh ấy đi cùng.

Kim: A-lô, có phải Mai đó không? ♦12

Mai: Vâng, thưa, ai gọi, ạ? ♦13

Kim: Kim đây, Kim ở khách sạn Trăm Sao.

Mai: Chào Kim, có gì hay không?

Kim: Chị muốn đi thăm phòng tranh với tôi không?

Mai: Muốn, phòng tranh của ai? ♦13

Kim: Của hoạ sĩ Nguyễn Thiên Tài.

Mai: Chị biết, họ thường đóng cửa phòng tranh từ mười hai giờ đến hai giờ để nghỉ trưa.

Kim: Bây giờ là mấy giờ rồi? Δ ♦14.1

Mai: Mười một giờ ba mươi. Mình còn nhiều thời gian, tôi đề nghị, mình gọi điện thoại cho Tom, và rủ anh ấy đi cùng.

Kim: Ý hay lắm!

Mai: Số điện thoại của Tom là số mấy? ♦14.2

Kim: Số điện thoại của anh ấy là số tám bốn năm chín ba bốn không một ba.

LESSON SIX: "WHAT TIME IS IT NOW?"

CONVERSATION

Kim telephones Mai and asks if Mai wants to go with her to visit an art gallery. Mai tells Kim that the art gallery is closed until 2 p.m. for afternoon break, and suggests to Kim that they telephone Tom and invite him to come along.

Kim: Hello. Is this Mai?

Mai: Humbly yes, who is calling please?

Kim: It's Kim from the Trăm Sao Hotel.

Mai: Hello Kim, is there something interesting (that you want to say)?

Kim: Do you want to go to visit an art gallery with me?

Mai: I do. Whose art gallery is it?

Kim: Of the painter Nguyen Thien Tai.

Mai: You know, they usually close the art galleries from 12:00 to 2:00 p.m. for afternoon break.

Kim: What time is it right now?

Mai: Eleven thirty. We have plenty of time, I suggest, we call Tom and invite him to come along.

Kim: Very good idea!

Mai: What is Tom's telephone number?

Kim: His telephone number is 84 5934013.

NGỮ VỰNG / VOCABULARY

mấy giờ? [mún-i zùr] what time?, (*lit*) "how many hours?"

rồi [ròh-i] already

điện thoại [di-ẹh-n thor-ạh-i] telephone

nếu [néh-u] if

phòng tranh [fòr-ng trah-nh] art gallery, (*lit*) "room (of) paintings"

đóng cửa [dór-ng kủh-ah] to close the door

hai [hah-i] two

giờ [zùr] hour

để [dẻh] for

nghỉ trưa [ngỉ truh-ah] afternoon break

rủ [rủ] to invite (*informal*)

cùng [kù-ng] together

A-lô [ah loh] hello (*on the phone*)

"Có phải ... không?" [kór fảh-i khoh-ng] "Is it right ... (or) not?"

ai [ah-i] who

gọi [gọr-i] to call

gì [zì] something

hay [hay-i] interesting, good

của ai [kủ-ah ah-i] whose

họa sĩ [họr-ah sĩ] painter, artist

thường [thuh-ùr-ng] often, usually

mười hai [muh-ùr-i hah-i] twelve

mười một [muh-ùr-i mọh-t] eleven

ba mươi [bah muh-ur-i] thirty

còn [kòr-n] to have

thời gian [thùr-i zah-n] time

gọi điện thoại [gọr-i di-ẹh-n thor-ạh-i] to telephone

ý [í] idea

số điện thoại [sóh di-ẹh-n thor-ạh-i] telephone number

số [sóh] digit, number *n*; *classifier for number*

số mấy? [sóh mún-i] what number?
tám [táh-m] eight
bốn [bóh-n] four
năm [nat-m] five
chín [chín] nine
ba [bah] three
không [khoh-ng] zero
một [mọh-t] one

KEY TO PRONUNCIATION

nghỉ trưa [ngỉ truh-ah] *pronounced as in* "long+skị," *with tone falling, then rising, and* "train+uh+ah," *with no tone, means* "afternoon break."

nghỉ chưa [ngỉ chuh-ah] *pronounced as in* "long+skị," *with tone falling, then rising, and* "chair+uh+ah," *with no tone, means* "to have a break yet?"

Example: **Chị nghỉ trưa chưa?**
Have you had afternoon break yet?

mười [muh-ùr-i] *pronounced as in* "me+uh+fur+in," *with tone falling, means* "ten."

mời [mùr-i] *pronounced as in* "me+fur+in," *with tone falling, means* "to invite."

Example: **Anh ấy mời mười người.**
He invites ten people.

SPECIAL TOPIC

SỐ ĐẾM / CARDINAL NUMBERS

0 **(số) không** [(sóh) khoh-ng]
1 **một** [mọh-t]
2 **hai** [hah-i]
3 **ba** [bah]
4 **bốn** [bóh-n]
5 **năm** [nat-m]
6 **sáu** [sáh-u]
7 **bẩy** [bửn-i]
8 **tám** [táh-m]
9 **chín** [chín]
10 **mười** [muh-ùr-i]

Use **mười,** *with tone falling,* before a single digit number for the count from 11 to 19.

11 **mười một** [muh-ùr-i mọh-t]
12 **mười hai** [muh-ùr-i hah-i]
13 **mười ba** [muh-ùr-i bah]
14 **mười bốn** [muh-ùr-i bóh-n]

When **năm** (*five*) is the last digit number, it is changed to **lăm** [lat-m] *with no tone.*

15 **mười lăm** [muh-ùr-i lat-m]

Use a single digit number before **mươi** [muh-ur-i], *with no tone,* for the count of tens.

20 **hai mươi** [hah-i muh-ur-i]
30 **ba mươi** [bah muh-ur-i]
40 **bốn mươi** [bóh-n muh-ur-i]
50 **năm mươi** [nat-m muh-ur-i]

Use a single digit number before and after **mươi** for the count from 21 to 99.

73 **bẩy mươi ba** [bửn-i muh-ur-i bah]
85 **tám mươi lăm** [táh-m muh-ur-i lat-m]
99 **chín mươi chín** [chín muh-ur-i chín]
100 **một trăm** [mọh-t trat-m]

Use a single digit number before **trăm** [trat-m] *with no tone* for the count of hundreds.

200 **hai trăm** [hah-i trat-m]
400 **bốn trăm** [bóh-n trat-m]

When **một** (*one*) is the last digit of a tens number (except number 11 **mười một**) it is changed to **mốt** [móh-t], *pronounced with rising tone.*

21 **hai mươi mốt** [hah-i muh-ur-i móh-t]
311 **ba trăm mười một** [bah trat-m muh- ùr-i mọh-t]
561 **năm trăm sáu mươi mốt** [nat-m trat-m sáh-u muh-ur-i móh-t]

(*Cardinal numbers are continued on pages 150–151.*)

Δ THE VIET WAY

Δ ASKING FOR THE TIME

In the spoken language, asking for the time is generally done without a subject or verb, but the adverb of time **rồi** (*already*) is usually added to the end of the sentence:

Mấy giờ rồi? literally translates to "How many hours already?" The answer is also given without subject or verb, but **giờ** (*hour*) must always be given as the first word of the answer:

8 giờ.	8 o'clock.
8 giờ 15 (phút).	8:15 (**phút** [*minute*] can be omitted)
8 giờ rưỡi.	8:30 (*lit*: "eight and a half")
8 giờ kém/thiếu 10.	7:50 (*lit*: "8 o'clock less 10 [minutes]")

Aside from using the polite phrases **Xin lỗi** (*excuse me*) and **Cám ơn** (*thank you*) you should always <u>ask for permission to ask a question</u> before you inquire about the time, ask for directions, or any other form of assistance. For example:

Xin lỗi, <u>cho tôi hỏi</u>, bây giờ là mấy giờ?
Excuse me, <u>may I ask you</u> what time is it now?

Note: In the market, it is considered both rude and inauspicious to ask a vendor for the time, as it implies that a vendor is interested closely in the time. Only those merchants whose business is slow have an eye on the clock, after all. Having to tell the time is considered "bad luck" for business.

◊ VĂN PHẠM / GRAMMAR

◊4 ADJECTIVES *continued*

◊4.2 Possessive adjective của

Của is used in the same way as "of" is in English, but has no contracted form and is often omitted in spoken language:

Công viên (của) thành phố
The park of the city

Văn phòng (của) Mai
Office (of) Mai

"Của (của) chồng công (của) vợ." (*Viet idiom*)
"The husband's wealth (is) the wife's labor."
Lit: "The wealth of the husband is the labor of the wife."

◊1 PRONOUNS *continued*

◊1.2 Possessive pronouns

Vietnamese places the possessive adjective **của** before a personal pronoun to form a possessive pronoun. However, unless the speaker wants to emphasize possession, **của** is often omitted in the spoken language:

Tên <u>tôi</u>	**Số điện thoại <u>(của) anh</u>**
<u>My</u> name	<u>Your</u> telephone number

EXERCISE 1: Translate the following phrases into Vietnamese:

1. Tom's photo camera   _____

2. Her office   _____

3. The painter's gallery   _____

4. My telephone number   _____

5. Your umbrellas   _____

6. Their hotel   _____

◆ CÂU MẪU / SENTENCE PATTERNS

◆12 QUESTION PHRASES
CÓ PHẢI … KHÔNG? ("IS IT RIGHT … OR NOT?")
CÓ ĐÚNG … KHÔNG? ("IS IT CORRECT … OR NOT?")

The question phrase is used when the speaker wants confirmation from the listener. **Có phải** or **Có đúng** can be placed either at the beginning of a question or after the subject, but the question word **không** is always used at the end of an interrogative sentence.

	Có phải / Có đúng	Subject	có phải / có đúng	Verb	Object	không?
Question:		**Anh** You *or*	**có phải** (is it right)	**là** are	**Tom** Tom,	**không?** or not?
	Có phải (Is it right)	**anh** you		**là** are	**Tom** Tom	**không?** or not?
Answer:	**Vâng, phải.** Yes, it's right. *or*	**Tôi** I		**là** am	**Tom.** Tom.	
	Không phải. No, it's not right.	**Tôi** I		**không phải là** am not	**Tom.** Tom.	
Short **answer**	**Phải.** *or* **Không phải.**					

EXERCISE 2: Change the following statements into questions by using the structure **có phải/đúng … không?**:

1. **Chị là Kim.**

_____?

2. **Đây là văn phòng của Mai.**

_____?

3. **Nó là chợ Bến Thành.**

_____?

4. Họ đóng cửa để nghỉ trưa.

_____?

5. Kim ở khách sạn Trăm Sao.

_____?

6. Kim và Mai đi thăm phòng tranh.

_____?

♦13 QUESTION WORDS AI (*WHO*) AND CỦA AI (*WHOSE*)

- **Ai** (*Who*) is used before the key verb, and at the beginning of an interrogative sentence when asking about a person.
- **Của ai** (*Whose*) is used with or without a verb and placed at the end of an interrogative sentence asking about possession by a person.

	Ai	Verb	Object	Subject	(Verb) của ai?
Question:	Ai	có	vé?		
	Who	has	(the) ticket?		
Answer:	Tom	có	vé.		
	Tom	has	(the) ticket.		
Question:				Vé	(thì) của ai?
				The ticket	(is) whose?
				(Whose ticket is it?)	
Answer:					Của Tom.
					Tom's.

EXERCISE 3: Make up questions for the following answers:

1. _____?
   Kim gọi Mai.

2. _____?
   Văn phòng của Mai.

3. _____?
   Kim muốn đi.

4. _____?
   Phòng tranh của họa sĩ.

5. _____?
   Số điện thoại của Kim.

6. _____?
   Kim và Mai đi ăn trưa.

◆14.1 QUESTION WORD MẤY (HOW MANY)

- **Mấy** is used to ask about an amount less than 12. It is used for such things as inquiring about the time, the number of siblings or children in a family, or the age of the children. It must precede a classifier or a noun to indicate the particular subject in question.

- **Mấy giờ?** is the equivalent of "what time?" in English and can be placed either at the beginning or at the end of an interrogative sentence.

	Mấy + *class, n*	Subject	Verb	mấy + *class, n*
Question:		**Anh**	**có**	**mấy anh chị em?**
		You	have	how many siblings? *(lit)*
		(How many siblings do you have?)		
Answer:		**Tôi**	**có**	**hai anh và một chị.**
		I	have	two brothers and a sister.
Question:	**Mấy giờ**	**anh**	**đến?**	
	At what time do	you	come?	
	or			
		Anh	**đến**	**mấy giờ?**
		You	come	at what time?
Answer:	**8 giờ.**			
	8 o'clock.			

◆14.2 QUESTION WORD MẤY (*WHAT*)

Mấy means "what" when it is preceded by a classifier, and is placed at the end of an interrogative sentence.

	Subject	Verb	classifier	mấy?
Question:	Số điện thoại của anh	là	số	mấy?
	Your telephone number	is	number	what? *(lit)*
	(What is your telephone number?)			
Answer:	Số 84 5934013.			
	Number 84 5934013.			

EXERCISE 4: Translate the following sentences into Vietnamese:

1. Who is calling Mai? Kim is calling Mai.

_____.

2. Whose art gallery is it? Of painter Nguyen Thien Tai.

_____.

3. What time do they close the art gallery?

_____?

4. They close the art gallery from twelve to two p.m.

_____.

5. What is Tom's telephone number?

_____?

6. It's eight four five nine three four zero one three.

_____.

7. How many digits does Tom's telephone number have?

_____?

8. Tom's telephone number has nine digits.

_____.

LESSON SEVEN
BÀI HỌC BẨY

BÀI HỌC BẢY: "MÓN NÀO (THÌ) NGON?"

ĐÀM THOẠI

Mai biết là Kim rất yêu thích thức ăn Việt Nam, nên chị ấy đưa Kim
đến một quán ăn địa phương để ăn trưa. Trong quán ăn, Kim không
biết chọn món nào: món cơm hải sản, món phở bò/gà, món mì xào,
hay món chay. Kim hỏi người tiếp bàn món nào thì ngon nhưng
không cay lắm. Người tiếp bàn nói với chị ấy là tất cả các món đều
rất ngon, và nhà bếp có thể nấu món ăn bớt cay cho chị ấy.

Waiter:	Xin mời vào. Mời hai chị ngồi đây. Δ1
Kim & Mai:	Cám ơn.
Waiter:	Thưa, hai chị muốn ăn gì?
Kim:	Có nhiều món quá! Món nào (thì) ngon? ♦15.1
Waiter:	Ở đây, món nào cũng ngon. ♦15.2
Kim:	Tôi muốn thử món cơm hải sản. Nó có cay không?
Waiter:	Không cay lắm. Xin đừng lo! Nhà bếp có thể nấu bớt cay cho chị.
Kim:	Vâng, xin làm bớt cay cho tôi.
Waiter : (to Mai)	Thưa, còn chị, chị muốn gọi gì?
Mai:	Cho tôi một tô phở bò. Δ2
Waiter:	Thưa, chị muốn tô to hay tô nhỏ? ♦16
Mai:	Thưa, tô to với nhiều rau thơm.

LESSON SEVEN: "WHICH DISH IS DELICIOUS?"

CONVERSATION

Mai knows that Kim loves Vietnamese food very much, so she takes Kim to a local bistro for lunch. In the bistro, Kim does not know what dish to choose: rice and seafood, beef or chicken noodle soup, stir-fried noodles, or a vegetarian dish. Kim asks the waiter which dishes are delicious but not too spicy. The waiter tells her that all the dishes are very good and that the kitchen can cook it less spicy for her.

Waiter: Please come in. Please have a seat here.

Kim & Mai: Thank you.

Waiter: Humbly, what would you like to eat?

Kim: There are so many dishes! Which dish is delicious?*

Waiter: In here, every dish is delicious.

Kim: I want to try the seafood rice dish. Is it spicy?

Waiter: Not too spicy. Please don't worry! The kitchen

               can cook it with less spice for you.

Kim: Yes, please make it less spicy for me.

Waiter :   And, please, lady, what would you like to order?
(*to Mai*)

Mai: Give me a bowl of "Pho" beef.

Waiter: Humbly, would you like the large bowl or small

               bowl?

Mai: Humbly, a big bowl with lots of herbs.

---

* Waiters in Vietnam are often shy of giving recommendation to avoid "responsibility." Instead, they would prefer to tell you, according to their opinions, which dish is delicious, and leave it up to you to decide. So, following Viet custom, Kim asks which dish is delicious instead of asking for a recommendation.

Waiter: Dạ vâng. Hai chị thích uống nước gì?

Kim: Cho tôi một ly nước mía không có đá,

Mai: Và cho tôi một ly nước sinh tố mãng cầu.

Waiter: Dạ vâng. Hai chị còn dùng gì nữa không, ạ? ♦17

Kim: Thêm hai tách trà nữa, ♦17 và xin làm nhanh lên!

             ạ. Chúng tôi đói lắm!

Waiter: Dạ vâng. Chỉ năm phút nữa thôi, ạ. ♦17

Waiter:	Yes, lady. What would you like to drink?
Kim:	Give me a glass of sugar-cane juice without ice.
Mai:	And for me, a glass of custard-apple smoothie.
Waiter:	Yes, ladies. Anything else, please?
Kim:	Two more cups of tea, and please do it quickly! Please. We are very hungry!
Waiter:	Yes, ladies. It will only take five more minutes, please.

NGỮ VỰNG / VOCABULARY

món [mór-n] dish (*food*) *n; classifier for dish (food)*
nào [nàh-oh] which, whichever
ngon [ngor-n] delicious, tasty
yêu (thích) [i-eh-u (thí-ck)] to love
thức ăn [thúh-c at-n] food
đưa [duh-ah] to take someone to some place
quán ăn [quáh-n at-n] bistro
địa phương [di-ạh fuh-ur-ng] local
để [dẻh] in order to
ăn trưa [at-n truh-ah] to eat lunch
chọn [chọr-n] to choose
món cơm hải sản [mór-n kur-m hảh-i sảh-n] seafood rice dish
món phở bò/gà [mór-n fừr bòr/gàh] "Pho," beef/chicken
   noodle soup dish
món mì xào [mòr-n mì sàh-oh] stir-fried noodle dish
hay [hay-i] or
món chay [mór-n chay-i] vegetarian dish
người tiếp bàn [nguh-ùr-i ti-éh-p bàh-n] waiter, waitress
nào [nàh-oh] which
cay [kay-i] hot, spicy
tất cả ... đều [tún-t kảh ... dèh-u] all
nhà bếp [nhàh béh-p] kitchen
nấu [nún-u] to cook
bớt [búr-t] less
mời [mùr-i] to invite, to welcome
vào [vàh-oh] to come in
ngồi [ngòh-i] to seat
ăn [at-n] to eat
quá [qu-áh] so
nào[nàh-oh]; **gì** [zì] every; which
nào cũng [nàh-oh kũ-ng] all
thử [thủh] to try (*food*)

còn [kòr-n] and, how about, still
gọi [gọr-i] to order food
cho [chor] to give; for
tô [toh] bowl
phở [fừr] Vietnamese special noodle soup
bò [bòr] beef
to [tor] big
rau thơm [rah-u thur-m] herbs for **phở** (*cilantro, mint, sweet basil, etc.*)
uống [u-óh-ng] to drink
nước [nuh-úr-c] water *n; classifier for liquid*
cốc/ly [kóh-c/li] glass
nước mía [nuh-úr-c mí-ah] sugar-cane juice
không có [khoh-ng kór] without
đá [dáh] ice
nước sinh tố [nuh-úr-c sinh tóh] smoothie
măng cầu [mãh-ng kùn-u] custard-apple
dùng [zù-ng] to eat
gì [zì] anything
"... gì nữa không?" [zì nũh-ah khoh-ng] "... anything else?"
thêm ... nữa [theh-m ... nũh-ah] more, extra
tách [táh-ck] cup
trà [tràh] tea
"Nhanh lên!" [nhah-nh leh-n] "Quickly!" *(Imperative)*
đói [dór-i] hungry
chỉ [chỉ] only
phút [fú-t] minute
nữa thôi [nũh-ah thoh-i] more and that's all

KEY TO PRONUNCIATION

ngon [ngor-n] *pronounced as in* "si<u>ng</u>+<u>or</u>+i<u>n</u>," *means* "delicious, tasty."

non [nor-n] *pronounced as in* "<u>n</u>o+<u>or</u>+i<u>n</u>," *means* "young, green, immature."

Example: **Măng non thì ngon.**
Young bamboo buds are delicious.

tô to [toh tor] *pronounced as in* "<u>T</u>om+<u>oh</u> <u>T</u>om+<u>or</u>," *means* "big bowl."

tô tơ [toh tur] *pronounced as in* "<u>T</u>om+<u>oh</u> <u>T</u>om+f<u>ur</u>," *means* "bowl containing silk."

Example: **Tô to là tô đựng tơ.**
The big bowl is the bowl containing silk.

Δ THE VIET WAY

Δ1 THE MEANINGS OF THE VERB MỜI

- When **mời** is used as a key verb in a statement, it means "to invite."

  Tôi mời anh đến nhà tôi.
  I invite you to my house.

- In imperative form, **mời** is the equivalent of "Please" in English:

  Mời ngồi!
  (I) invite (you) to sit (down). (lit)
  or
  Please sit down!

- At the table, **mời** is used as an etiquette word. When it is spoken with a polite gesture, it means "(You are) welcome...," for example, a host or a friend points to the food and says to you: **"Xin mời."** ("Please you are welcome (to eat the food)"). You respond by saying, **"Vâng/Dạ, xin mời"** but this time around it means, "Yes, I invite you to please join me."

  In Vietnamese tradition, whoever initiates the suggestion or the invitation to eat out is expected to pay the bill. Asking to split the cost of a meal is not considered good character.

Δ2 HOW TO ORDER SOMETHING AT A RESTAURANT

In making an order or a request in a restaurant, the Vietnamese use **cho** as "for," or as the polite command verb that replaces the key verb, for example:

Cho tôi một ly trà đá.
Bring a glass of ice tea for me.

Cho tôi không cay.
Cook it not spicy for me.

Cho tôi thêm cà-phê.
Some more coffee for me.

Cho tôi chỗ không hút thuốc.
Seat me in the non-smoking area.

VĂN PHẠM / GRAMMAR

◊**2.3 CLASSIFIERS** *continued*

The Vietnamese classifier is fully explained in Lesson Three. The following are some additional classifiers, to help you enrich your vocabulary.

Category	Classifier	Example
liquid	**nước**	**nước canh** (soup broth), **nước mắm** (fish sauce), **nước ngọt** (soft drinks), **nước uống** (drinking water)
animal	**con**	**con bò** (cow), **con chó** (dog), **con gà** (chicken), **con mèo** (cat), **con trâu** (buffalo)
meat	**thịt**	**thịt bò** (beef), **thịt gà** (chicken/poultry), **thịt heo** (pork), **thịt vịt** (duck)
dish	**món**	**món canh** (soup), **món hầm** (stew), **món xào** (stir-fry), **món tráng miệng** (dessert)

EXERCISE 1: Write in the blanks the correct classifiers.

1. _____ **bò** (beef)

2. _____ **bò** (cow)

3. _____ **heo** (pig)

3. _____ **heo** (pork)

5. _____ **gà** (chicken)

6. _____ **gà** (poultry)

7. _____ **trà** (tea)

8. _____ **mắm** (fish sauce)

9. _____ **cơm** (dish)

10. _____ **dừa** (coconut milk)

◊6 VERBS

Vietnamese verbs are not conjugated and never change their forms in any grammatical function as well as structure in the sentence. As in English, a Vietnamese verb is used after its subject and is followed by an object. In spoken Vietnamese, however, the subject and object of the basic verb are understood but commonly not expressed, for example:

Có không?
(Do you) have (it)?

Có.
(Yes, I) have (it).

Không có.
No, (I do not) have (it).

A Vietnamese sentence can also be expressed as a chain of verbs without the benefit of a preposition or an object, for example:

Tôi cố | học | ra trường | đi làm | kiếm tiền
I try | to study | to graduate | to go to work | to earn the money
| nuôi gia đình.
| to support the family.

EXERCISE 2: Underline the verbs in the Vietnamese sentences.

1. **Làm có chúa, múa có trống.** (*Viet idiom*)
   (When you) work (you) have a boss, (when you) dance (you) have drums.

2. **Tốt khoe, xấu che.** (*Viet idiom*)
   (Be) good to show off, (be) bad to hide away.

3. **Nói một đằng, làm một nẻo.** (*Viet idiom*)
   Talk one way, do the other.

4. **Ăn quả nhớ kẻ trồng cây.** (*Viet proverb*)
   (When) eating the fruit, remember who planted the tree.

5. **Học ăn, học nói, học gói, học mở.** (*Viet idiom*)
   Learn to eat, learn to speak, learn to wrap, learn to open.

♦ CÂU MẪU / SENTENCE PATTERNS

♦15.1 QUESTION WORD NÀO (*WHICH*)

Nào must be preceded by a noun or a classifier specifying the subject in question, and is expressed either at the beginning or the end of an interrogative sentence.

	Noun/*Class* + nào	Subject	Verb	Object	Noun/*Class* + nào
Question:	Món nào		thì	ngon?	
	Which dish		is	delicious?	
Answer:		Món cơm	thì	ngon.	
		The rice dish	is	delicious.	
Question:		Anh	thích ăn		món nào?
		You	like to eat		which dish?
		(Which dish do you like to eat?)			
Answer:		Tôi	thích ăn	món cơm.	
		I	like to eat	the rice dish.	

♦15.2 PHRASES "… NÀO CŨNG" OR "… GÌ CŨNG"

The phrases "… **nào cũng**" or "… **gì cũng**" mean "every." These phrases are used after a noun or a classifier in an affirmative sentence. For example:

Món gì cũng ngon.
Every dish (is) delicious.

Ngày nào cũng nóng.
Every day is hot.

Người nào cũng vui.
Everyone is happy.

Cái gì cũng mới.
Everything is new.

EXERCISE 3: Complete the sentences by writing the correct nouns or classifiers.

1. _____ nào thì ngon?

2. _____ nào là con heo?

3. _____ nào cũng nói tiếng Việt.

4. _____ nào là quả chuối?

5. _____ **nào là thịt bò?**

6. _____ **nào cũng là nước uống.**

7. _____ **nào là nước dừa?**

8. _____ **nào cũng có nước mắm.**

◆16 CONJUNCTIONS HAY AND HOẶC (*OR*)

Conjunctions **hay** and **hoặc** (*or*) are expressed between the two nouns or the two clauses of choice in a statement. For example:

Uống trà hay cà phê đều không tốt trước khi đi ngủ.
Drinking tea or coffee is not good before going to bed.

They become a question word when the second choice is expressed at the end of the question with the speaker's inflection similar to that of the English phrase "Do you like tea or coffee?" For example:

Trước khi đi làm, anh uống trà hay cà phê?
Before going to work, do you drink tea or coffee?

	Noun or Clause of 1ˢᵗ choice	Conjunction	Noun or Clause of 2ⁿᵈ choice
Question:	**Anh uống trà**	**hay**	**cà-phê?**
	Do you drink tea	or	coffee?
Answer:	**Tôi uống trà.**		
	I drink tea.		
Short answer:	**(Thưa), trà, (ạ).**		
	Humbly, tea, please.		

EXERCISE 4: Make questions with **hay** using the words given.

1. **Cô ấy / là / Mai / Kim**

_____ ?

2. **Tom / nói / tiếng Anh / tiếng Việt**

_____ ?

3. Mai / là người Việt / người Mỹ

_____?

4. Họ / đi bằng xe buýt / xe tắc-xi

_____?

5. Kim / ăn / cơm hải sản / phở

_____?

6. Mai / gọi / một ly nước mía / một ly nước sinh tố mãng cầu

_____?

♦ 17 SENTENCES WITH NỮA (*MORE*)

- **nữa không?** (*more [or] not?*) is expressed at the end of an interrogative sentence.
- **nữa** (*more*) is expressed at the end of either a positive or a negative statement.
- **gì nữa không?** (*anything else?*) is expressed at the end of an interrogative sentence.
- **gì nữa** (*anything more*) is expressed at the end of a negative

	Subject	Verb	Object	"… **nữa** …"
Question:	**Chị**	**cần**		**nữa không?**
	You	need		more (or) not? *(lit)*
	(Do you need more or not?)			
Answer:	**Vâng, tôi**	**cần**		**nữa.**
	Yes, I	need		more.
	or			
	Không, tôi	**không cần**		**nữa.**
	No, I	(do) not need		more.

	Subject	Verb	Object	"… **nữa** …"
Question:	**Chị**	**cần**		**gì nữa không?**
	You	need		anything else?
	(Do you need anything else?)			
Answer:	**Vâng, tôi**	**cần**	**(thêm) hai tách trà**	**nữa.**
	Yes, I	need	(more) two cups of tea	more. *(lit)*
	(Yes, I need two more cups of tea.)			
	or			
	Không, tôi	**không cần**		**gì nữa.**
	No, I	(do) not need		anything more.

EXERCISE 5: Write the English expressions in parentheses in Vietnamese on the blank lines.

1. **Anh ấy nói** (more or not) _____?

2. **Anh ấy không nói** (anything more) _____.

3. **Anh uống** (anything else) _____?

4. **Tôi uống một ly nước** (more) _____.

5. **Họ ăn** (anything else) _____?

6. **Họ không ăn** (anything more) _____.

LESSON EIGHT
BÀI HỌC TÁM

BÀI HỌC TÁM: "THỜI TIẾT Ở HUẾ THÌ NHƯ THẾ NÀO?"

ĐÀM THOẠI

Tom và Kim muốn làm một chuyến đi ngắn thăm Huế và Hà Nội. Họ yêu cầu sự giúp đỡ của Mai vì chị ấy làm việc cho một cơ quan du lịch. Mai sắp đặt một chương trình năm ngày cho Kim và Tom. Kim hỏi han về thời tiết trong khi Tom muốn biết về lịch trình và phương tiện di chuyển…

Kim:　Mai, bao giờ chúng tôi sẽ đi Huế? ♦18

Mai:　Theo lịch trình, anh chị sẽ đi Huế vào thứ Sáu. ◊6.1

Tom:　Nhanh quá! Hôm nay là thứ mấy? Δ1

Mai:　Hôm nay là thứ Tư. Anh chị sẽ có thời gian đến ngày mai để xếp hành lý.

Kim:　Thời tiết ở Huế thì như thế nào?

Mai:　Bây giờ đang là mùa mưa, ◊6.1 nên ♦21.2 trời Δ2 thường mưa vào buổi chiều.

Kim:　Trời (thì) có nóng và ẩm như ở đây không?

Mai:　Vâng, y như ở đây.

Tom:　Chúng tôi sẽ ở Huế bao lâu? ♦19

Mai:　Hai ngày, anh chị sẽ rời Huế để đi Hà Nội vào sáng Chủ Nhật ngày hai mươi tháng tám. Δ3

Tom:　Chúng tôi sẽ đi đến đó bằng phương tiện gì? ♦20

Mai:　Bằng máy bay, nó chỉ mất khoảng một giờ. Hay anh chị muốn đi bằng xe lửa hơn?

Kim:　Đi bằng xe lửa mất bao lâu? ♦19

Mai:　Một đêm. Anh chị sẽ phải ngủ trên xe lửa.

LESSON EIGHT: "HOW IS THE WEATHER IN HUE?"

CONVERSATION

Tom and Kim want to make a short visit to Hue and Hanoi. They ask for Mai's help since she works for a travel agency. Mai arranges a five-day program for Kim and Tom. Kim inquires about the weather, while Tom wants to know about the itinerary and the means of transportation.

Kim: Mai, when will we go to Hue?

Mai: According to the itinerary, you will go to Hue on Friday.

Tom: So soon! What day is today?

Mai: Today is Wednesday. You have time until tomorrow to pack.

Kim: How is the weather in Hue?

Mai: Now is the rainy season, so it often rains in the afternoon.

Kim: Is it hot and humid, like here?

Mai: Yes, exactly the same as here.

Tom: How long will we stay in Hue?

Mai: Two days. You will leave Hue for Hanoi on Sunday morning, August 20.

Tom: How will we get there?

Mai: By airplane, it only takes about an hour. Or would you rather go by train?

Kim: How long does it take to go by train?

Mai: One night. You will have to sleep on the train.

Kim: Tom, anh nghĩ thế nào? Δ4 Mình nên đi bằng xe lửa
        không? ♦21.1

Tom: Nó mất nhiều thời gian quá! Tôi nghĩ, mình nên đi bằng
        máy bay.

Kim: Đồng ý, bao giờ chúng tôi nên đặt vé bay?

Mai: Anh chị không muốn trong danh sách đợi, nên càng
        sớm càng tốt. ♦21.2

Tom: Bao giờ chúng tôi sẽ bay về lại Sàigòn?

Mai: Anh chị sẽ đáp chuyến bay bảy giờ tối về lại Sàigòn
        vào tối thứ Ba. Tôi sẽ đi đón anh chị tại phi trường.

Kim &
Tom: Tốt quá! Cám ơn chị nhiều.

Mai: Không có chi. Chúc anh chị đi du lịch vui vẻ.

Kim: Tom, what do you think? Should we go by train?

Tom: It takes so much time! I think we should take the airplane.

Kim: I agree. When should we book the flight tickets?

Mai: You don't want to be on the waiting list, therefore, the sooner the better.

Tom: When will we fly back to Saigon?

Mai: You will take the seven p.m. flight back to Saigon on Tuesday night. I will pick you up at the airport.

Kim &
Tom: Great! Thank you very much.

Mai: You are welcome. Wish you happy traveling.

NGỮ VỰNG / VOCABULARY

thời tiết [thừr-i ti-éh-t] weather
(như) thế nào [(nhuh) théh nàh-oh] how
ngắn [ngát-n] short
yêu cầu [i-eh-u kùn-u] to ask for something
sự giúp đỡ [sụh zú-p dữr] help
vì [vì] since
cơ quan [kur quah-n] agency
du lịch [zu lịck] travel
sắp đặt [sát-p dạt] to arrange
chương trình [chuh-ur-ng trì–nh] program
ngày [ngày-i] day
hỏi (han) về [hỏr-i (hah-n) vèh] to inquire about
lịch trình [lịck trình] itinerary
phương tiện [fuh-ur-ng ti-ẹh-n] means of
di chuyển [zi chu-i-ẻh-n] transportation
bao giờ [bah-oh zùr]; **khi nào** [khi nàh-oh] when
theo [the-i-oh] according to
sẽ [sẽ] will, shall, *tense marker for future*
vào [vàh-oh] on (*date*), in (*period of a day*)
thứ Sáu [thúh sáh-u] Friday
nhanh [nhah-nh] soon
thứ mấy [thúh mún-i] what day
thứ Tư [thúh tuh] Wednesday
ngày mai [ngày-i mah-i] tomorrow
xếp [séh-p] to pack (*suitcase*)
hành lý [hàh-nh lí] suitcase
đang [dah-ng] *tense marker for present continuous*
mùa mưa [mù-ah muh-ah] rainy season
trời [trùr-i] sky, *equivalent to "it" when referring to the weather and climate*
mưa [muh-ah] to rain, rain *n*
(buổi) chiều [(bu-ỏh-i) chi-èh-u] afternoon

ẩm [ửn-m] humid
y như [i nhuh] exactly as
bao lâu [bah-oh lun-u] how long, how much time
rời [rùr-i] to leave
(buổi) sáng [(bu-ổh-i) sáh-ng] morning
Chủ nhật/Chúa nhựt [chủ nhựn-t/chú-ah nhụh-t] Sunday
tháng [tháh-ng] month
máy bay [máy-i bay-i] airplane
mất* [mún-t] to lose *(time phrase)*; it takes
khoảng [khor-ảh-ng] about
xe lửa [se lửh-ah] train
hơn [hur-n] rather *(used at the end of the sentence)*
"... **mất bao lâu?**" [mún-t bah-oh lun-u] "How long does it
 take ...?"
đêm [deh-m] night *(after midnight)*
phải [fảh-i] to have to
ngủ [ngủ] to sleep
trên [treh-n] on
nghĩ [ngĩ] to think
thế nào [théh nàh-oh] what
đồng ý [dòh-ng í] to agree
đặt [dạt] to book, to order
vé bay [vé bay-i] flight ticket
trong [tror-ng] on (list)
danh sách đợi [dah-nh sáh-ck dụr-i] waiting list
Càng sớm càng tốt [kàh-ng súr-m kàh-ng tóh-t] The sooner
 the better
bay [bay-i] to fly
về (lại) [vèh (lạh-i)] to come back
đáp [dáh-p] to take *(a flight)*
chuyến bay [chu-i-éh-n bay-i] flight
(buổi) tối [(bu-ổh-i) tóh-i] evening, night *(before midnight)*

---

* The Vietnamese use the verb **"mất"** ("to lose") as equivalent of "to take"
to express an amount of lost time. For example, **"Tôi mất một giờ lái xe đi
làm."** *(lit)* ("I lost one hour of driving to work.") as in English, "It takes me
one hour to drive to work."

thứ Ba [thúh bah] Tuesday
đi đón [di dór-n] to go to pick up someone
phi trường [fi truh-ùr-ng] airport
tốt [tóh-t] good, great
chúc [chú-c] to wish
vui (vẻ) [vu-i (vẻ)] happy

KEY TO PRONUNCIATION

mùa [mù-ah] *pronounced as in* "<u>Mi</u>ke+<u>zoo</u>+<u>ah</u>," *with tone falling, means* "season."

mua [mu-ah] *pronounced as in* "<u>Mi</u>ke+<u>zoo</u>+<u>ah</u>," *with no tone, means* "to buy."

mưa [muh-ah] *pronounced as in* "<u>Mi</u>ke+<u>uh</u>+<u>ah</u>," *with no tone, means* "rain."

> Example: **Mua dù cho mùa mưa.**
> Buy umbrellas for the rainy season.

buổi [bu-ỏh-i] *pronounced as in* " <u>boy</u>+<u>zoo</u>+<u>oh</u>+<u>in</u>" *with tone falling, then rising, means* "period of a day."

bưởi [buh-ủr-i] *pronounced as in* "<u>boy</u>+<u>huh</u>+<u>fur</u>+<u>in</u>" *with tone falling, then rising, means* "grapefruit."

> Example: **Chúng ta ăn bưởi vào buổi sáng.**
> We eat grapefruit in the morning.

ẩm [ủn-m] *pronounced as in* "<u>nun</u>+<u>mom</u>" *with tone falling, then rising, means* "humid."

ấm [ún-m] *pronounced as in* "<u>nun</u>+<u>mom</u>" *with tone rising, means* "warm."

> Example: **Hôm nay, trời ấm và ẩm.**
> Today, it is warm and humid.

SPECIAL TOPIC

NHỮNG NGÀY TRONG TUẦN
DAYS OF THE WEEK

thứ Hai [thúh hah-i] Monday
thứ Ba [thúh bah] Tuesday
thứ Tư [thúh tuh] Wednesday
thứ Năm [thúh nat-m] Thursday
thứ Sáu [thúh sáh-u] Friday
thứ Bảy [thúh bủn-i] Saturday
Chủ nhật / Chúa nhựt [chủ nhụn-t / chú-ah nhụh-t] Sunday

NHỮNG THÁNG TRONG NĂM
MONTHS OF THE YEAR

tháng Giêng/Một [tháh-ng zi-eh-ng/mọh-t] January
tháng Hai [tháh-ng hah-i] February
tháng Ba [tháh-ng bah] March
tháng Tư [tháh-ng tuh] April
tháng Năm [tháh-ng nat-m] May
tháng Sáu [tháh-ng sáh-u] June
tháng Bảy [tháh-ng bủn-i] July
tháng Tám [tháh-ng táh-m] August
tháng Chín [tháh-ng chín] September
tháng Mười [tháh-ng muh-ùr-i] October
tháng Mười Một [tháh-ng muh-ùr-i mọh-t] November
tháng Chạp/Mười Hai [tháh-ng chạh-p/muh-ùr-i hah-i] December

NHỮNG MÙA
SEASONS

mùa Xuân [mù-ah su-un] Spring
mùa Hè [mù-ah hè] Summer
mùa Thu [mù-ah thu] Fall
mùa Đông [mù-ah doh-ng] Winter
mùa khô [mù-ah khoh] Dry season
mùa mưa [mù-ah muh-ah] Rainy season

NHỮNG BUỔI TRONG NGÀY
TIME OF DAY

buổi sáng [bu-ỏh-i sáh-ng] morning
buổi trưa [bu-ỏh-i truh-ah] early afternoon (from noon till
    2:00 p.m.)
buổi chiều [bu-ỏh-i chi-èh-u] late afternoon (after 2:00 p.m. till
    sunset)
buổi tối [bu-ỏh-i tóh-i] evening
ban đêm [bah-n deh-m] night (after midnight)

△ THE VIET WAY

△1 ASKING ABOUT DATES

... **mấy** (*what*) (*see Lesson Six, Sentence Pattern* ◆14.2) is also used to ask for the day of the week or the month of the year. With the exception of **Chủ nhật** (*Sunday*), days, dates, months, and years are expressed in numerical order in Vietnamese. Therefore, a classifier or a noun indicating "day of the week" (**thứ**) or "day of the month" (**ngày**) or "month" (**tháng**) must be used to specify its meaning. Since the number of days in a month exceeds 12, **bao nhiêu** (*how many*) is used in place of **mấy**. For examples:

Hôm nay là thứ mấy?
Today is what day (of the week)?

Hôm nay là thứ Năm.
Today is Thursday.

Hôm nay là ngày bao nhiêu?
Today is what day (of the month)?

Hôm nay là ngày 19.
Today is the 19th.

△2 ASKING ABOUT THE WEATHER

Trời is used like "it" in English, when one wants to ask a question or give an answer about the condition of the weather and climate:

Trời ở Huế thì như thế nào?
How is <u>it</u> in Hue?

Instead of:

Thời tiết ở Huế thì như thế nào?
How is <u>the weather</u> in Hue?

Trời thì nóng và ẩm.
<u>It</u> is hot and humid.

Instead of:

Khí hậu thì nóng và ẩm.
<u>The climate</u> is hot and humid.

Traditionally, every Vietnamese person, regardless of his/her religious beliefs, respectfully honors the meaning of **trời** as the patriarch of the sky or the heaven—the forces of nature, wisdom, and justice. Following are the most common expressions of **trời** in Viet daily life:

> **"Lạy trời mưa xuống, lấy nước tôi uống, lấy ruộng tôi cày ..."** (*Viet Prose*)
> "Pray God, please rain down, for the water I drink, for the paddy field I plow ..."

Trời ơi!	**Nhờ trời, ...**	**Trời phù hộ.**
My God!	Thank God, ...	God bless.

Xin trời chứng giám, ...
Please God witness, ...

Δ3 WRITING DATES

In Vietnamese, dates are written using the following order: 1) day of the week, 2) day of the month, 3) month, 4) year. Commas are not used and dashes replace the English standard of using forward slashes. For example:

Thứ Hai ngày 13 tháng 9 năm 1993.
Monday, September 13, 1993.

Thứ Hai ngày 13-9-1993.
Monday, 9/13/1993.

Δ4 QUESTION PHRASE ... THẾ NÀO? (*HOW?, WHAT?*)

- **Thế nào** is used like the English word "how" when the questioner asks for a condition. For example:

  Thời tiết ở Huế thì (như) thế nào?
  How is the weather in Hue?

- **Thế nào** takes on the English meaning of "what" when the questioner seeks an opinion. For example:

  Anh nghĩ thế nào? Mình nên đi bằng xe lửa hay bằng máy bay?
  What do you think? Should we go by train or by airplane?

◊VĂN PHẠM / GRAMMAR

◊6 VERBS *continued*

◊6.1 Tenses: Present; Present Continuous; Future; Immediate Future

In Vietnamese, tense is expressed by using "tense markers," such as:

* **đang** "to be + *verb* + ing" for present continuous tense
* **sẽ** "will, shall," for future tense
* **sắp** "to be + going + *verb*" for immediate future tense

There is no tense marker for the present tense. For other tenses, the appropriate tense marker is inserted between the subject and the key verb, and a noun or adverb related to time is used either at the beginning or end of the sentence, to indicate the specific tense being expressed. In spoken language, however, it is common to use only the time phrase to indicate the tense and omit the tense marker.

TENSE	STATEMENT				
	Time phrase (n or adv)	Subject	Tense Marker	Verb	Object
Present:	Hôm nay / Today	tôi / I		ở / stay	nhà. / home.
Future:	Ngày mai / Tomorrow,	tôi / I	sẽ / will	đi / go (to)	Huế. / Hue.
	or Ngày mai	tôi		đi	Huế.
Immediate Future:	Trong chốc lát, / In a moment,	trời / it	sắp / is going	mưa. / to rain.	
Present Continuous:	Bây giờ / Now,	trời / it	đang / is	mưa. / raining.	

EXERCISE 1: Use the proper tense markers for the following sentences:

1. Trời _____ mưa.

2. Thứ Sáu, Kim và Tom _____ đi Huế.

3. Ngày mai họ _____ xếp hành lý.

4. Việt Nam _____ ở trong mùa mưa.

5. Kim và Tom _____ ở Huế hai ngày.

6. Trời _____ nóng và ẩm ở Huế.

7. Chủ nhật họ _____ rời Huế để đi Hà Nội.

8. Họ _____ đi Hà Nội bằng máy bay.

◆CÂU MẪU / SENTENCE PATTERNS

◆18 QUESTION PHRASES "BAO GIỜ ..." AND "KHI NÀO ..." (WHEN)

Bao giờ and **Khi nào** are expressed at <u>the beginning</u> of a question clause asking for an answer of a <u>time in the future</u>.

	Question phrase	Time Phrase (*n* or *adv*)	Subject	Verb	Object
Question:	Bao giờ		họ	sẽ đi	Huế?
	When		they	will go (to)	Hue? *(lit)*
	(When will they go to Hue?)				
Answer:		Thứ sáu	họ	sẽ đi	Huế.
		Friday,	they	will go (to)	Hue.

EXERCISE 2: Write questions for the following answers:

1. _____ ?
   Ngày mai Tom sẽ xếp hành lý.

2. _____ ?
   Thứ Sáu họ sẽ đi Huế.

3. _____?

   Ngày mai Kim sẽ mua vé bay.

4. _____?

   Thứ Hai họ sẽ đến Hà Nội.

5. _____?

   Chiều nay (*this afternoon*) **họ sẽ đi bãi biển.**

6. _____?

   Tối nay chúng tôi sẽ trở lại.

♦19 QUESTION PHRASES "BAO + *ADJECTIVE*" ("*HOW + ADJECTIVE*") AND "… MẤT BAO LÂU?" ("*HOW LONG [DOES IT] TAKE?*")

- "**bao** + *adjective*" ("*how + adjective*") is expressed after a clause that serves as the subject of the question phrase asking for the intensity of the adjective.
- "… **mất bao lâu?**" ("*How long (does it) take?*") must be preceded by a clause that serves as the subject of the question phrase asking for the length of time.

Consider the following sentence patterns:

Clause *serves as subject*	**bao + *adj*?** *(asking for the intensity of adj)*	**mất bao lâu?** *(asking for the length of time)*
Question: Chúng tôi sẽ ở Huế We will stay in Hue (for) (How long will we stay in Hue?)	**bao lâu?** how long? *(lit)*	
Answer: Hai ngày. Two days.		
Question: Xe lửa chạy từ Huế đến Hà Nội The train (that runs) from Hue to Hanoi		**mất bao lâu?** takes how long? *(lit)*
(How long does it take by train from Hue to Hanoi?)		
Answer: Mất một đêm. It takes one night.		

EXERCISE 3: Make questions by putting the words in the right word order.

1. xếp hành lý / Tom / mất bao lâu / ?

   _____

2. Huế / ở / chúng tôi / bao lâu / ?

   _____

3. mất bao lâu / bằng máy bay / đi / ?

   _____

4. bao lâu / sẽ phải ngủ trên xe lửa / họ / ?

   _____

5. từ Huế / mất bao lâu / đi Hà Nội / bằng xe lửa / ?

   _____

♦20 QUESTION PHRASE "BẰNG PHƯƠNG TIỆN GÌ?"
("BY WHAT MEANS OF TRANSPORTATION?")

The question phrase is expressed after a clause that serves as the subject of the question phrase asking for the means of transportation.

	CLAUSE	"bằng phương tiện gì?"
Question:	Họ đi Hà Nội They go to Hanoi (How do they go to Hanoi?)	bằng phương tiện gì? by what means? *(lit)*
Answer:	Họ đi Hà Nội They go to Hanoi	bằng máy bay. by airplane.

EXERCISE 4: Write questions for the following answers:

1. _____?

   Họ đi Huế bằng máy bay.

2. _____?

   Anh ấy đi Hà Nội bằng xe lửa.

3. _____?

   Chị ấy đi chợ bằng xe buýt.

4. _____?

   Chúng ta đi bãi biển bằng xe tắc-xi.

5. _____?

   Họ đi làm bằng xe đạp. (*They bicycle to work.*)

♦21.1 AUXILIARY VERB NÊN (*SHOULD*)

Nên is expressed after the subject and before the verb it modifies. To form a question, a question word is added at the end of the statement.

	Answer word	Subject	"nên"	Verb	Object	Question word
Affirmative		Anh	nên	đi	bằng máy bay.	
		You	should	go	by airplane.	
Question:		Tôi	nên	đi	bằng máy bay	không?
		I	should	go	by airplane	not? *(lit)*
			(Should I go by airplane?)			
Answer:	Vâng/Dạ,	anh	nên	đi	bằng máy bay.	
	Yes,	you	should	go	by airplane.	
	or					
	Không,	anh	không nên	đi	bằng máy bay.	
	No,	you	should not	go	by airplane.	

♦21.2 CONJUNCTION NÊN (*THEREFORE*)

Nên is used to connect a clause that expresses cause with a clause that expresses effect, in order to describe the result of an action, for example:

1st Clause of Cause	nên	2nd Clause of Effect
Nó mất nhiều thời gian,	<u>nên</u>	họ đi bằng máy bay.
It takes too much time,	therefore,	they go by airplane.

EXERCISE 5: Underline the word **nên** as an auxiliary verb (expressing "should"), and circle the word **nên** where it appears as a conjunctive adverb (expressing "therefore"). For additional practice, translate this paragraph into English.

Thứ sáu Tom và Kim sẽ đi Huế nên họ có nhiều thời gian để xếp hành lý. Nhưng ngày mai họ nên xếp hành lý. Huế đang ở trong mùa mưa nên trời thường mưa vào buổi chiều. Họ nên đem theo dù. Đi bằng xe lửa mất nhiều thời gian, nên họ đi bằng máy bay. Họ nên mua vé bay sớm.

LESSON NINE
BÀI HỌC CHÍN

BÀI HỌC CHÍN: "CHỊ (ĐÃ) BÌNH PHỤC CHƯA?"

ĐÀM THOẠI

Mai đến phi trường để đón Kim và Tom, người không thể đợi để kể cho chị ấy nghe về chuyến đi năm ngày đến Huế và Hà Nội của họ. Ở Huế, họ (đã) đi xem Nội thành và (đã) có một buổi tối không thể quên được trong một nhà hàng nổi, nơi họ được phục vụ một bữa cơm tối kiểu Cung Đình trong khi được tiêu khiển bởi một nhóm vũ công cổ truyền. Ở Hà Nội, họ (đã) được hướng dẫn đi tham quan thành phố, được chở đi vùng bờ biển để xem vịnh Hạ Long, và được tháp tùng đi núi để thăm chùa Hương, nơi không may, họ có một tai nạn nhỏ …

Mai: Anh chị đến bao giờ? ♦22

Kim: Chúng tôi đến cách đây ba mươi phút. ◊ 6.1

Mai: Chuyến đi của anh chị (thì) thế nào?

Tom: Rất tốt, ngoại trừ một tai nạn nhỏ.

Mai: Chuyện gì đã xảy ra? ◊6.1

Tom: Tôi bị ngã trong khi leo núi, và bị rách đầu gối. ◊6.2, Δ1

Kim: Anh ấy bị chảy máu nhiều đến nỗi tôi phải đưa anh ấy vào trạm y-tế. Ở đấy, trong khi họ băng bó vết thương của Tom, tôi cảm thấy chóng mặt và ngã xỉu ngay tại chỗ.

Mai: Ồ! Tại sao chị bị xỉu? ♦23

Kim: Bác sĩ bảo tôi rằng Δ2 tôi bị xỉu vì tôi bị say nắng và bị thiếu nước. ♦23 Ông ấy yêu cầu tôi được cho nước biển.

Tom: Nó (thì) trớ trêu là cuối cùng chị ấy cũng trở thành bệnh nhân như tôi.

Mai: Bây giờ vết thương của anh đã lành chưa? ♦24

LESSON NINE: "HAVE YOU RECOVERED YET?"

CONVERSATION

Mai comes to the airport to pick up Kim and Tom, who cannot wait to tell her about their five-day trip to Hue and Hanoi. In Hue, they went to see the Citadel and had an unforgettable evening in a floating restaurant, where they were served a "Royal Style" dinner while being entertained by a group of traditional dancers. In Hanoi, they were given a guided tour of the city, driven to the coast to see Ha Long Bay, and accompanied to the mountains to visit the Perfume Pagoda where, unfortunately, they had a small accident …

Mai: When did you arrive?

Kim: We arrived thirty minutes ago.

Mai: How was your trip?

Tom: Very good, except for one small accident.

Mai: What happened?

Tom: I fell while climbing the mountain and tore my knee.

Kim: He bled so much that I had to take him to the medical station. There, while they were dressing Tom's wounds, I felt dizzy and fainted right on the spot.

Mai: Oh! Why did you faint?

Kim: The doctor told me that I fainted because I suffered heatstroke and was dehydrated. He requested that I be given an I.V.

Tom: The irony was that, at the end, she also became a patient like me.

Mai: Have your wounds healed yet?

Tom: Cám ơn chị đã hỏi. Chúng nó chưa lành hoàn toàn, và
       tôi vẫn phải uống thuốc chống nhiễm trùng.

Mai: Còn Kim, chị (đã) bình phục chưa? ♦24

Kim: Cám ơn chị đã hỏi. Tôi (đã) bình phục rồi. Nhưng
       Bác-sĩ khuyên tôi nên uống nhiều nước mỗi ngày.

Mai: Anh Chị đã ăn uống gì chưa? ♦24

Tom: Chưa, mình hãy đi tìm chỗ ăn.

Kim: Và uống, nữa.

Tom: Thank you for asking. They have not completely healed yet, and I still have to take antibiotic pills.

Mai: And Kim, have you recovered yet?

Kim: Thank you for asking. I have already recovered. But the doctor advised me that I should drink plenty of water every day.

Mai: Did you eat and drink anything yet?

Tom: Not yet, let's go find a place to eat.

Kim: And to drink, too.

NGỮ VỰNG / VOCABULARY

đã [dãh] already (*adverb of time*); *past tense marker*
bình phục [bình fụ-c] to recover (*from illness*)
chưa [chuh-ah] yet (*tag question word*); not yet (*negative
    answer word*)
đến [déh-n] to arrive
người [nguh-ừr-i] people, one *n*; who *rel pron*
đợi [dụr-i] to wait
kể cho ... nghe [kểh chor ... nge] to tell someone something
về [vèh] about
Nội thành [nọh-i thàh-nh] the Citadel
(buổi) tối [(bu-ổh-i) tóh-i] evening, night (*before midnight*)
không thể quên được [khoh-ng thểh queh-n duh-ụr-c]
    unforgetable
nhà hàng nổi [nhà hàh-ng nổh-i] floating restaurant
nơi [nur-i] where *rel pron*
được [duh-ụr-c] to have; *passive voice marker for positive
    condition*
phục vụ [fụ-c vụ] to serve
bữa cơm tối [bũh-ah kur-m tóh-i] dinner
kiểu [ki-ểh-u] style
Cung Đình [ku-ng dình] royal
tiêu khiển [ti-eh-u khi-ểh-n] to entertain
bởi [bửr-i] by
nhóm [nhór-m] group
vũ công [vũ koh-ng] dancer
cổ truyền [kổh tru-i-èh-n] tradition *n;* traditional *adj*
hướng dẫn [huh-úr-ng zũn] to guide
chở [chửr] to drive someone/something
vùng bờ biển [vù-ng bừr bi-ểh-n] coast
vịnh Hạ Long [vịnh hạh lor-ng] Ha Long Bay
tháp tùng [tháh-p tù-ng] to accompany
núi [nú-i] mountain

chùa Hương [chù-ah huh-ur-ng] Perfume Pagoda
không may [khoh-ng may-i] unfortunately
tai nạn [tah-i nạh-n] accident
cách đây [káh-ck dun-i] ago
ngoại trừ [ngor-ạh-i trùh] except
chuyện [chu-i-ẹh-n] matter, story *n; classifier for matter, story*
xảy ra [sủn-i rah] to happen
bị [bị] to suffer; *passive voice marker for negative condition*
ngã [ngãh] to fall
leo [le-i-oh] to climb
rách [ráh-ck] to be torn
đầu gối [dùn-u góh-i] knee
chảy máu [chảy-i máh-u] to bleed
đến nỗi [déh-n nõh-i] "so … that"
trạm y-tế [trạh-m i téh] medical station
đấy/đó [dún-i/dór] there
băng bó [bat-ng bór] to dress (*a wound*)
vết thương [véh-t thuh-ur-ng] wound
cảm thấy [kảh-m thún-i] to feel
chóng mặt [chór-ng mạt] dizzy
xỉu [sỉ-u] to faint
ngay tại [ngay-i tạh-i] exactly at
chỗ [chõh] spot, place
tại sao [tạh-i sah-oh] why
bác-sĩ [báh-c sĩ] doctor
bảo … rằng [bảh-oh … ràt-ng] to tell someone that
(tại) vì [(tạh-i) vì] because
say nắng [say-i nát-ng] to have heatstroke, *(lit)* "to be drunk
     from the sunshine"
thiếu nước [thi-éh-u nuh-úr-c] dehydrated
yêu cầu [i-eh-u kùn-u] to request
nước biển [nuh-úr-c bi-ẻh-n] liquids used in intravenous
     therapy, *(lit)* "sea water"
trớ trêu [trúr treh-u] irony
cuối cùng [ku-óh-i kù-ng] at the end
trở thành [trủr thành-nh] to become

bệnh nhân [bẹh-nh nhun] patient
như [nhuh] like
lành [làh-nh] to heal
hoàn toàn [hor-àh-n tor-àh-n] completely
vẫn [vũn] still
uống thuốc [u-óh-ng thu-óh-c] to take medicine, *(lit)* "to drink medicine"
thuốc chống nhiễm trùng [thu-óh-c chóh-ng nhi-ẽh-m trù-ng] antibiotic medicine
khuyên [khu-i-eh-n] to advise
mỗi [mõh-i] every
đi tìm [di tìm] to go to look for
nữa [nũh-ah] too

KEY TO PRONUNCIATION

ngã [ngãh] *pronounced as in* "long+ah," *with tone dips, then rises, means* "to fall."
ngả [ngảh] *pronounced as in* "long+ah," *with tone falling, then rising, means* "to lean."
  Example: **Ngả nhiều thì ngã.**
  Leaning too much becomes falling.

rách [ráh-ck] *pronounced as in* "run-Jack" *with tone rising, means* "torn, tearing."
rạch [rạh-ck] *pronounced as in* "run-Jack" *with tone dips, then cuts off abruptly, means* "to cut."
  Example: **Đừng rạch cho rách.**
  Don't cut to (make it) torn.

khuyên [khu-i-eh-n] *pronounced as in* "Khan+zoo+tier+nun" *with no tone, means* "to advise."
quyên [qu-i-eh-n] *pronounced as in* "quick+tier+nun" *with no tone, means* "to collect."
  Example: **Ông thầy khuyên học trò nên quyên tiền.**
  The teacher advised the students to collect the money.

hoàn toàn [hor-àh-n tor-àh-n] *pronounced as in* "hi+or+ah+nun," *with tone falling, and* "Tom+ah+nun," *with tone falling, means* "complete."
hoang tàn [hor-ah-ng tàh-n] *pronounced as in* "hi+or+ah+long," *with no tone, and* "Tom+ah-nun," *with tone falling, means* "in ruins."
  Example: **Nó (thì) hoàn toàn hoang tàn.**
  It is completely in ruins.

Δ THE VIET WAY

Δ1 PASSIVE VOICE

In Vietnamese grammar, the passive voice is not only used to shift emphasis from subject to object, but also to convey the following:

- the speaker's respectfulness and humility, for example:

"**Tôi được đắc cử.**" *(lit:* "I was won the election.") The passive voice is used to express: "People have made me win (elected me)."

- the speaker's intended negative or positive expression, for example:

"**Tôi bị thuyên chuyển.**" ("I was transferred."). The passive voice is expressed by the negative marker **bị**, indicating that I am <u>not happy</u> to be transferred.

"**Tôi được thuyên chuyển.**" ("I was transferred."). The passive voice is expressed by the positive marker **được**, indicating that I am <u>pleased</u> to be transferred.

Δ2 THE HIERARCHY OF THE VERB BẢO (*TO TELL*)

Not everyone is equal in the Vietnamese language. **Bảo** is one of the verbs that is used when talking to a socially inferior individual. It may be used, for instance, by a parent talking to a child; a teacher to students; an elder to a youngster; a doctor to a patient; and by an authority or official to common people. The verbs **nói với** (*to talk with*) or **thưa với** (*to humbly say*) are the reverse equivalents of the expression **bảo,** used by somebody speaking from a lower social position. For example:

Bác sĩ <u>bảo</u> bệnh nhân rằng ...
The doctor told the patient ...
Bệnh nhân <u>nói với</u> Bác sĩ rằng ...
The patient talked with the doctor about ...

Thầy giáo <u>bảo</u> học trò rằng ...
The teacher told the students ...
Học trò <u>thưa với</u> thầy giáo rằng ...
The students humbly said to the teacher that ...

◊ VĂN PHẠM / GRAMMAR

◊6 VERBS *continued*

◊6.1 Tenses: Past; Past Continuous; Past Perfect

- **đã** is the tense marker for the past tense.
- **đang** is the tense marker for the past continuous tense.
- **đã từng** is the tense marker for the past perfect tense.

TENSE	*n* or *adv* of time	Subject	Tense marker	Verb
Past:	Hôm qua,	trời	(đã)	mưa.
	Yesterday,	it		rained.
Past continuous:	Hôm qua, trong khi	tôi	đang	ngủ.
	Yesterday, while	I	was	sleeping.
Past perfect:	Trong quá khứ,	anh ấy	đã từng	ngã.
	In the past,	he	had	fallen.

EXERCISE 1: Choose the correct tense marker to fill in the blanks: **đã, đang, đã từng**

1. Hôm qua, anh _____ gọi điện thoại cho tôi trong khi tôi _____ ăn.

2. Trước đây (before), tôi _____ là học sinh.

3. Tuần trước (last week), Tom _____ ngã trong lúc anh ấy _____ leo núi.

4. Bây giờ, vết thương của anh ấy _____ lành.

5. Kim _____ bình phục.

6. Chị ấy _____ được cho nước biển.

◊6.2 Passive Voice

There are two kinds of passive voice in the Vietnamese grammar:

• The positive passive voice is expressed by the passive marker **được,** indicating a favorable and/or desirable and/or fortunate condition.

• The negative passive voice is expressed by the passive marker **bị,** indicating an unfavorable and/or undesirable and/or unfortunate situation.

In order to create passive voice in a statement, the speaker only needs to insert the appropriate passive marker either between the subject and the object, or after the subject and before the key verb:

Active Voice:
Chị ấy đưa anh ấy lên sân khấu.
She brought him onto the stage.

Passive Voice:
Anh ấy bị chị ấy đưa lên sân khấu.
He was (unwillingly) brought onto the stage by her.
Anh ấy được chị ấy đưa lên sân khấu.
He was (thankfully) brought onto the stage by her.

Active Voice:
Tôi làm việc.
I work.

Passive Voice:
Tôi bị làm việc.
(Unfortunately, I am forced to work.)
Tôi được làm việc.
(Fortunately, I am allowed to work.)

EXERCISE 2: Change the following sentences from active voice to passive voice:

1. **Kim gọi điện thoại cho Mai.**

_____

2. **Chị ấy rủ Mai đi ăn.**

_____

3. **Bác-sĩ khuyên Kim.**

_____

4. **Anh ấy bảo chị ấy.**

_____

5. **Họ thích Mai.**

_____

◊7 ADVERBS

In Vietnamese, an adjective can be used as an adverb when it is expressed after the verb it modifies.

Xe lửa chậm *(adj)* **chạy** *(v)* **chậm.** *(adj becomes adv)*
The <u>slow</u> train   runs   <u>slowly</u>.

An adverb of frequency, however, is used *before* the verb it modifies:

Xe lửa chậm   luôn luôn *(adv of frequency)* **chạy chậm.**
The slow train <u>always</u>   runs slowly.

Some common Vietnamese adverbs:

Place	Time
far: **xa** [sa]	already: **rồi** [ròh-i]
here: **đây** [dun-i]	early: **sớm** [súr-m]
in: **trong** [tror-ng]	late: **trễ** [trễh]
near: **gần** [gùn]	now: **bây giờ** [bun-i zừr]
there: <u>**kia/đó**</u> [ki-ah/dór]	then: **xong (rồi)** [sor-ng (ròh-i)]

Frequency

always: **luôn luôn** [lu-oh-n lu-oh-n]
never: **chưa/không bao giờ** [chuh-ah/khoh-ng bah-oh zừr]
often: **thường khi, thường hay** [thuh-ừr-ng khi, thuh-ừr-ng hay-i]
rarely: **hiếm khi** [hi-éh-m khi]
seldom: **ít khi** [ít khi]

EXERCISE 3: Write the adverbs in parentheses in Vietnamese.

Tom và Kim (always) _____ **muốn đi du lịch** (far)

_____. **Họ** (never) _____ **đi Hà Hội,**

nhưng họ đã đi Huế (already) _____. **Mai làm việc**

ở (here) _____, **và chị ấy ở** (near) _____

thành phố. Chị ấy (seldom) _____ **đi Huế,**

nhưng chị ấy (often) _____ **đi thăm Hà Nội.**

(Now) _____, **họ sẽ đi ăn,** (then) _____

họ sẽ đi đến khách sạn. Họ không muốn ăn (late) _____

vì họ muốn đi ngủ (go to bed) (early) _____.

◆CÂU MẪU / SENTENCE PATTERNS

◆22 QUESTION PHRASES "… BAO GIỜ" AND "… KHI NÀO" (*WHEN*)

When expressed at <u>the end of a clause</u>, these phrases create an inquiry about a <u>past event or action</u>.

	n or *adv* of time	Clause	Question phrase
Question:		Họ (đã) đến Huế	bao giờ?
		They arrived in Hue	when? (*lit*)
		(When did they arrive in Hue?)	
Answer:	Tối hôm qua.		
	Last night.		

EXERCISE 4: Write Vietnamese questions for the following answers:

1. _____?
   Chúng tôi đến Việt Nam tháng trước (last month).

2. _____?
   Thứ Sáu, Tom và Kim sẽ đi Huế.

3. _____?
   Tom leo núi tuần trước (last week).

4. _____?
   Hôm nay Mai sẽ đi đón họ.

5. _____?
   Họ đến cách đây ba mươi phút.

♦23 CAUSE AND EFFECT "TẠI SAO" (*WHY*) AND "TẠI VÌ …" (*BECAUSE …*)

- **Tại sao** is used <u>before a clause of effect</u> in an interrogative sentence, asking for a reason.
- **Tại vì** or **vì** is expressed <u>after a clause of effect and before a clause of cause.</u>

Tại sao	Clause of Effect	(tại) vì	Clause of Cause
Tại sao	**Kim bị xỉu?**		
Why	Kim fainted? *(lit)*		
(Why did Kim faint?)			
	Kim bị xỉu	**(tại) vì**	**chị ấy bị thiếu nước.**
	Kim fainted	because	she was dehydrated.

EXERCISE 5: Answer questions by using the clauses of cause in the parentheses.

1. **Tại sao Tom bị rách đầu gối? (Tom bị ngã.)**

_____

2. **Tại sao Kim phải đưa Tom vào trạm y-tế? (Anh ấy bị chảy máu nhiều.)**

_____

3. **Tại sao Kim được cho nước biển? (Chị ấy bị xỉu.)**

_____

4. **Tại sao Kim nên uống nước nhiều? (Chị ấy bị thiếu nước.)**

_____

5. **Tại sao họ đến trễ (late)? (Trời mưa.)**

_____

6. **Tại sao họ muốn đi ăn? (Họ bị đói.)**

_____

♦24 TAG QUESTION WORD CHƯA? (YET)

Chưa (*yet*) is expressed after an affirmative statement to ask for a present condition.

- In a short negative answer, **chưa** is used to express "not yet," and as "not" when it follows the key word.

- In a short positive answer, **rồi** is used to express "yes," and as "already" at the end of the positive statement.

	Subject	Tense Marker	Verb	Object	chưa (*adv* of time)
Question:	Họ Have they	(đã)	đến arrived (in)	Huế Hue,	chưa? yet?
Positive answer:	Họ They have	(đã)	đến arrived (in)	Huế Hue	rồi. already.
or **Short answer:**					Rồi. Yes.
Negative answer:	Họ They (have not) yet	chưa	đến arrived (in)	Huế. Hue.	
or **Short answer:**					Chưa. Not yet.

EXERCISE 6: Translate the following sentences into Vietnamese:

1. It was already 8 o'clock.

_____

2. Have they arrived yet?

_____

3. They haven't arrived yet.

_____

4. Mai called them already.

_____

5. Kim recovered already.

_____

6. Have Tom's wounds healed, yet?

_____

LESSON TEN
BÀI HỌC MƯỜI

BÀI HỌC MƯỜI: "THUẬN MUA, VỪA BÁN."

—Viet Idiom

ĐÀM THOẠI

Mua sắm trong những chợ ở Việt Nam không là một việc làm giản dị. Những người mua sắm thiếu kinh nghiệm và kiên nhẫn có thể phải trả một giá đắt cho món hàng thấp kém. Tom không biết cách trả giá và anh ấy cũng không muốn học làm việc ấy, nên Kim phải tự (chị ấy) cố gắng đạt được giá có thể tốt nhất từ người bán.

Người bán: Mời vào xem. Không mua, không sao!

Kim: Có thể nào cho tôi xem cái khăn đó, được không? ♦25

Người bán: Dạ vâng. Đương nhiên là được.

Kim: Cái này Δ1 được làm bằng hàng gì? ♦26

Người bán: Dạ, nó được làm bằng một trăm phần trăm lụa.

Kim: Nó được làm bằng gì? ♦26

Người bán: Dạ, nó được làm bằng tay. Mất rất nhiều công.

Kim: Nó giá bao nhiêu? ♦27

Người bán: Cái đó giá ba mươi ngàn đồng. Δ2 Nó (thì) rất thịnh hành. Tôi bán nó rất đắt khách.

Kim: Hai mươi ngàn đồng, được không?

Người bán: Dạ không được. Tôi không nói thách đâu. Xin đừng trả giá!

Kim: Thế, chị có cái nào tương tự nhưng rẻ hơn không? ◊4.3

Người bán: Dạ có. Tôi có cái này, nó (thì) đẹp như cái kia, ◊4.3 nhưng giá chỉ một nửa là mười lăm ngàn đồng.

LESSON TEN: "AGREE TO BUY, SUIT TO SELL."

—Viet Idiom

CONVERSATION

Shopping in the markets in Vietnam is not a simple task. Those less experienced and less patient shoppers might have to pay an expensive price for inferior merchandise. Tom does not know how to bargain and does not want to learn either, so Kim must try to get the best possible price from the merchant herself.

Merchant:	Please come in and take a look. If you don't buy it, no problem!
Kim:	Is it possible for me to take a look at that scarf?

Merchant:	Yes, please. That is naturally possible.
Kim:	What is this one made of?
Merchant:	Humbly, it's made of 100 percent silk.
Kim:	How is it made?
Merchant:	Humbly, it is made by hand. It takes a lot of labor.
Kim:	How much does it cost?
Merchant:	That one costs 30,000 dong. It is very popular. I sell it to very many customers.
Kim:	Is 20,000 đồng possible?
Merchant:	Please, it is not possible. I don't overprice my merchandise at all. Please don't bargain!
Kim:	So, do you have any that are similar but cheaper?

Merchant:	Humbly, yes. I have this one, it is as beautiful as that one, but costs only half the price — 15,000 đồng.

Kim: Ồ! Nó (thì) không mềm bằng cái kia. ◊4.3

Người bán: Dạ, nhưng nó dễ giặt và không cần ủi.

Kim: Tôi vẫn thích cái kia hơn, nhưng nó đắt quá! Nếu chị bớt giá, thì tôi sẽ mua nó. ♦28

Người bán: Dạ tôi không thể bớt giá, nhưng nếu chị mua bốn cái, tôi tặng một cái,

Kim: Nhưng tôi chỉ muốn mua hai cái thôi.

Người bán: Thôi được, tôi bán cho chị giá mở hàng, Δ3 hai cái năm mươi ngàn đồng, chị chịu không?♦25

Kim: Chịu. Giá mở hàng là gì?

Người bán: Nó là giá "thuận mua, vừa bán."

Kim: Giá "thuận mua, vừa bán" có nghĩa là gì?

Người bán: Nó có nghĩa: Chị đồng ý mua món hàng với giá bán của nó cũng như tôi đồng ý bán vì sự lợi nhuận trong việc bán của nó.

Kim:	Oh! It is not as soft as that one.
Merchant:	Yes, but it is easy to wash, and does not need to be ironed.
Kim:	I still like that one better, but it is too expensive! If you reduce the price, then I will buy it.
Merchant:	Humbly, I cannot reduce the price, but if you buy four of them, I will give you one for free.
Kim:	But I only want to buy two and that's all.
Merchant:	All right, I'll sell to you at the "opening the shop" price: two items for 50,000 đồng. Do you agree?
Kim:	I agree. What is the price of opening shop?
Merchant:	It is the price "Agree to buy, suit to sell."
Kim:	What does that mean?
Merchant:	That means: You agree to buy the merchandise at its asking price and I agree to sell it because I would make a profit from the sale.

NGỮ VỰNG / VOCABULARY

"Thuận mua, vừa bán" [thu-ụn mu-ah vùh-ah báh-n]
   "Agree to buy, suit to sell"
mua sắm [mu-ah sát-m] to shop; shopping
việc làm [vi-ẹh-c làh-m] task, work
giản dị [zảh-n zị] simple
người mua sắm [nguh-ừr-i mu-ah sát-m] shopper
thiếu [thi-éh-u]; **kém** [kém] less
kinh nghiệm [kinh ngi-ẹh-m] experienced
kiên nhẫn [ki-eh-n nhũn] patient
trả [trảh] to pay
giá [záh] to cost; price
đắt [dát] expensive; much, many
(món) hàng [(mór-n) hàh-ng] merchandise
thấp kém [thún-p kém] inferior, *(lit)* "low and less"
cách [káh-ck] how, way
trả giá [trảh záh] to bargain
cũng không [kũ-ng khoh-ng] not ... either
học [họr-c] to learn
tự [tụh] self
tự chị ấy [tụh chị ún-i] herself
cố (gắng) [kóh (gát-ng)] to try
đạt [dạh-t] to get
có thể [kór thẻh] possible (*chance*)
người bán [nguh-ừr-i báh-n] merchant
"không sao" [khoh-ng sah-oh] "no problem"
"Có thể nào ... được không?" [kór thẻh nàh-oh ... duh-ụr-c
   khoh-ng] "(Is it) possible ...(or) not?"
cái [káh-i] item, thing *n*; *classifier for things*
khăn [khat-n] scarf
đương nhiên [duh-ur-ng nhi-eh-n] naturally
được [duh-ụr-c] possible (*ability*)
bằng [bàt-ng] as, by, of

hàng [hàh-ng] material, merchandise

"… làm bằng hàng gì?" [làh-m bàt-ng hàh-ng zì] "… made of what (material)?"

"một trăm phần trăm" [mọh-t trat-m fùn trat-m] "one hundred percent"

lụa [lụ-ah] silk

"… làm bằng gì?" [làh-m bàt-ng zì] "… made by what (means)?"

tay [tay-i] hand(s)

công [koh-ng] labor

"Nó giá bao nhiêu (tiền)?" [nór záh bah-oh nhi-eh-u (ti-èh-n)] How much does it cost? *(lit)* "It costs how much (money)?"

ba mươi ngàn [bah muh-ur-i ngàh-n] thirty thousand

đồng [dòh-ng] dong (*Vietnamese currency*)

thịnh hành [thịnh hàh-nh] popular

đắt khách [dát kháh-ck] (to sell well) to many customers

hai mươi ngàn [hah-i muh-ur-i ngàh-n] twenty thousand

"Không được" [khoh-ng duh-ụr-c] "Not possible"

nói thách [nór-i tháh-ck] to overprice one's merchandise

"không … đâu" [khoh-ng dun-u] "not … at all"

"Xin đừng …" [sin dùh-ng] "Please don't …" *(Imperative)*

thế [théh] if so, so

cái nào [káh-i nàh-oh] anything, whichever

tương tự [tuh-ur-ng tụh] similar

rẻ [rẻ] cheap

hơn [hur-n] better than, more than *comp adj*

như [nhuh] "as … as"

một nửa [mọh-t nủh-ah] one half

mười lăm ngàn [muh-ùr-i lat-m ngàh-n] fifteen thousand

mềm [mèh-m] soft

dễ [zẽh] easy

giặt [zạt] to wash clothes

ủi [ủ-i] to iron

quá [quáh] too

bớt [búr-t] to reduce

tặng [tạt-ng] to give away (*a gift*)
thôi [thoh-i] no more than, no longer than
thôi được [thoh-i duh-ựr-c] all right
bán [báh-n] to sell
giá mở hàng [záh mửr hàh-ng] "opening the shop" price
năm mươi ngàn [nat-m muh-ur-i ngàh-n] fifty thousand
chịu [chị-u] to accept
nghĩa [ngĩ-ah] meaning
giá bán [záh báh-n] selling price
cũng như [kũng nhuh] as
sự lợi nhuận [sụh lụr-i nhu-ựn] profit

KEY TO PRONUNCIATION

thuận [thu-ụn] *pronounced as in* "<u>th</u>in+<u>zoo</u>+<u>sun</u>," *with tone dips, then cuts off abruptly, means* "to agree, to consent."

thận [thụn] *pronounced as in* "<u>th</u>in+<u>sun</u>," *with tone dips, then cuts off abruptly, means* "kidney."

Example: **Anh ấy thuận cho thận của anh ấy.**
He agrees to give his kidney.

giặt [zặt] *pronounced as in* "<u>zoo</u>+<u>at</u>," *with tone dips, then cuts off abruptly, means* "to wash clothes."

gặt [gặt] *pronounced as in* "<u>g</u>o+<u>at</u>," *with tone dips, then cuts off abruptly, means* "to harvest."

Example: **Hãy giặt quần áo đi gặt.**
Let's wash the harvesting clothes.

chịu [chị-u] *pronounced as in* "<u>ch</u>urch+<u>see</u>+<u>zoo</u>," *with tone dips, then cuts off abruptly, means* "to accept."

chị [chị] *pronounced as in* "<u>ch</u>urch+<u>see</u>," *with tone dips, then cuts off abruptly, means* "sister; you."

Example: **Chị chịu làm chị của tôi không?**
Are you willing to be my sister?

SPECIAL TOPIC

SỐ ĐẾM / CARDINAL NUMBERS (*continued from pages 80–81*)

Use a single digit number before **trăm** [trat-m] *with no tone,* to count hundreds:

300 **ba trăm**   400 **bốn trăm**   500 **năm trăm**

When counting hundreds with any number from 1 to 9, use **trăm** before **linh** [linh] *with no tone,* meaning "and," or **lẻ** [lẻ] *with tone falling, then rising,* meaning "odd," followed by the last digit:

101   **một trăm <u>linh</u>/<u>lẻ</u> một**
      [mọh-t trat-m <u>linh</u>/<u>lẻ</u> mọh-t]
309   **ba trăm <u>linh</u>/<u>lẻ</u> chín**
      [bah trat-m <u>linh</u>/<u>lẻ</u> chín]

Use a single digit number with **trăm** before two-digit numbers when counting from 110 to 999:

115   **một trăm mười lăm**
      [mọh-t trat-m muh-ùr-i lat-m]
864   **tám trăm sáu mươi bốn**
      [táh-m trat-m sáh-u muh-ur-i bóh-n]
999   **chín trăm chín mươi chín**
      [chín trat-m chín muh-ur-i chín]
1000 **một ngàn** [mọht ngàh-n]

Use a single digit number before **ngàn** [ngàh-n] *with tone falling* (*thousand*), to count thousands:

2000 **hai ngàn** [hah-i ngàh-n]
7000 **bảy ngàn** [bủn-i ngàh-n]

When hundred is absent from the thousand number, use **không trăm** [khoh-ng trat-m] (*nothing of hundred*) after **ngàn**, and continue to count the ten number:

1008 **một ngàn không trăm <u>linh</u>/<u>lẻ</u> tám**
      [mọh-t ngàh-n khoh-ng trat-m <u>linh</u>/<u>lẻ</u> táh-m]
2010 **hai ngàn không trăm mười**
      [hah-i ngàh-n khoh-ng trat-m muh-ùr-i]

Use a single digit number before **ngàn**, before **trăm**, and before **mười** or **mươi** to count from 1001 to 9999:

1001   **một ngàn không trăm <u>linh</u>/<u>lẻ</u> một**
       [mọh-t ngàh-n khoh-ng trat-m <u>linh</u>/<u>lẻ</u> mọh-t]
9999   **chín ngàn chín trăm chín mươi chín**
       [chín ngàh-n chín trat-m chín muh-ur-i chín]

Use tens or hundreds before **ngàn** to count from 10,000 to 1,000,000:

10,000	**mười ngàn**
500,000	**năm trăm ngàn**
1,000,000	**một triệu** [mọht tri-ẹh-u] *with tone dips, then cuts off abruptly*

Δ THE VIET WAY

Δ1 CÁI NÀY (*THIS ONE*) AND CÁI KIA (*THAT ONE*)

Cái này (*this one*) and **cái kia** (*that one*) are commonly used in spoken Vietnamese instead of the specific name of an object, which is the subject of the sentence. This practice should help those who have limited vocabulary, but requires the speaker to demonstrate which one he/she means in the conversation.

Δ2 NUMBER FORMAT

In the Vietnamese numeric system, a <u>comma</u> is used to separate decimals, ones, tens and hundreds. A <u>period</u> is used to divide thousands. For example:

English:	0.25	4.45	12.75	345.95	2,480.50
Vietnamese:	**0,25**	**4,45**	**12,75**	**345,95**	**2.480,50**

Δ3 MỞ HÀNG ("*OPENING SHOP*")

Every day when Vietnamese shop owners first open the doors of their shops for business, they strongly believe that their luck for the entire day is dictated by the nature of the business conducted with the first customer who walks in.

When a merchant says: **"Tôi bán giá mở hàng"** ("I sell to you at opening shop price") he/she means they are offering you the best price in the hope that the sale will be smooth and quick, and give them good luck selling for the rest of the day. Whether you, as a shopper, think the price is right or not, there is not much room left to bargain. If you enjoy bargaining as a fun and interesting challenge, try not to be the first shopper in the store.

The seller may also insist or plead **"Anh/Chị mua mở hàng cho tôi"** ("Please buy it for the opening shop for me"). This means that the merchant hasn't made any sales yet that day and really hopes that you can give them a first sale that will bring them good luck and lead to more sales coming in for the rest of the day. Whether or not you believe the seller is being genuine, or if you want to purchase something or not, it is considered a good gesture to buy something small and inexpensive. Remember, the amount of money you spend on the transaction is insignificant, but the very act of making that first sale is very important to the merchant.

◊VĂN PHẠM / GRAMMAR

◊4 ADJECTIVES *continued*

◊4.3 Comparative adjectives

- For an equal comparison, use *adj* + **như** (as + *adj* + as). For example:

  Cô ấy <u>đẹp như</u> tiên.
  She is <u>as beautiful as</u> an angel.

- For a greater comparison, use *adj* + **hơn** (more + *adj* + than). For example:

  Cái này thì <u>rẻ hơn</u> cái kia.
  This one is <u>cheaper</u> than that one.

- For a lesser comparison, use **ít/kém** + *adj* + **hơn** (less + *adj* + than) or **không** + *adj* + **bằng** (not as + *adj* + as). For example:

  Cái này thì <u>ít đắt hơn</u> cái kia.
  That one is <u>less expensive than</u> this one.

  or

  Cái này thì <u>không đắt bằng</u> cái kia.
  This one is <u>not as expensive as</u> that one.

EXERCISE 1: Provide the correct forms of the comparative adjective.

1. **Quả cam thì to** _____ **quả táo, nó (thì) nhỏ**
   _____ **quả bưởi, nhưng nó (thì)** _____
   chua _____ **quả chanh.**
   An orange is as big as an apple, it (is) smaller than a grapefruit, but it (is) not as sour as a lemon.

2. **Một chai Coke thì ngọt** _____ **một chai Pepsi, nó**
   (thì) ngon _____ **một chai nước chanh, nhưng nó**
   (thì) _____ **lành** _____ **một chai nước suối.**
   A bottle of Coke is as sweet as a bottle of Pepsi, it (is) tastier than a bottle of lemonade, but it (is) less healthy than a bottle of mineral water.

◆ CÂU MẪU / SENTENCE PATTERNS

◆25 QUESTION PHRASES
"... CHỊU KHÔNG?" ("... *DO YOU ACCEPT (IT)?*")
"... ĐƯỢC KHÔNG?" ("[... *IS IT] POSSIBLE OR NOT?*")

These question phrases are expressed at the end of a result clause, asking for agreement with or confirmation of a suggested condition in the conditional clause.

	Conditional clause	Result clause	Question phrase
Question:	**Tôi bán chị giá rẻ,**		**chị chịu không?**
	I sell you cheap price,		you accept (to buy or) not?
			(lit)
	(If I sell to you at a cheap price, will you buy it?)		
Answer:		**(Tôi) Chịu.**	
		(I) Agree.	
Question:	**Chị có thể bớt giá,**		**được không?**
	You can reduce the price,		(is it) possible (or) not?
			(lit)
	(Is it possible for you to reduce the price?)		
Answer:		**Không được.**	
		(It is) not possible.	

EXERCISE 2: Choose the right question phrase for the following questions: **chịu không** or **được không**.

1. **Chị nói tiếng Việt, _____?**

2. **Chúng ta hãy nói tiếng Việt, chị _____?**

3. **Tôi muốn xem cái này, _____?**

4. **Chị mua hai cái, tôi tặng một cái, chị _____?**

5. **Anh trả giá, _____?**

6. **Chúng ta đi bộ đến khách sạn, chị _____?**

♦26 QUESTION PHRASES
"... (ĐƯỢC) LÀM BẰNG GÌ?"
("... MADE <u>BY</u> WHAT [<u>MEANS</u>]?")
"... (ĐƯỢC) LÀM BẰNG <u>HÀNG</u> GÌ?"
("... MADE <u>OF</u> WHAT [<u>MATERIAL</u>]?")

Though passive voice is used in this type of question, the passive voice marker **được** is usually not stated.

	Subject	Question phrase
Question:	Cái này	(được) làm bằng <u>gì</u>?
	This one	(is) made <u>by what</u>? *(lit)*
	(How is this one made?)	
Answer:	Nó (được) làm bằng <u>tay</u>.	
	It (is) made <u>by hands</u>. *(lit)*	
	(It is handmade.)	
Question:	Cái này	(được) làm bằng <u>hàng gì</u>?
	This one	(is) made <u>of (material) what</u>? *(lit)*
	(What is this one made of?)	
Answer:	Nó (được) làm bằng <u>lụa</u>.	
	It (is) made <u>of silk</u>.	

EXERCISE 3: Write questions for the following answer:

1. _____?

   Nó được làm bằng tay.

2. _____?

   Nó được làm bằng tre (bamboo).

3. _____?

   Nó được làm bằng máy (machine).

4. _____?

   Nó được làm bằng lá dừa (coconut leaves).

5. _____?

   Nó được làm bằng năng lực thiên nhiên (natural energy).

6. _____?

   Nó được làm bằng xà-cừ và sơn mài (mother of pearl and lacquer).

♦27 QUESTION PHRASE
"... GIÁ BAO NHIÊU (TIỀN)?"
("... COST[S] HOW MUCH [MONEY]?")

This question phrase is expressed after the subject, asking for the price. The word **tiền** can be omitted in the spoken Vietnamese.

	Subject	Question phrase
Question:	**Cái này**	**giá bao nhiêu (tiền)?**
	This one	costs how much (money)? *(lit)*
	(How much does this one cost?)	
Answer:	**Cái này giá 30.000 đồng.**	
	This one costs 30,000 đồng.	

EXERCISE 4: Write questions for the following answers:

1. _____?
   Vé xe lửa (a train ticket) **giá 150.000 đồng.**

2. _____?
   Tấm tranh đó (that painting) **giá 300.000 đồng.**

3. _____?
   Một chuyến xe buýt (a bus trip) **giá 10.000 đồng.**

4. _____?
   Một vé vào viện Bảo tàng (an entrance ticket to the museum) **giá 25.000 đồng.**

5. _____?
   Một chai nước (a bottle of water) **giá 5.000 đồng.**

♦28 CONJUNCTIVE PHRASE "NẾU ... THÌ..."
("IF ... THEN...")

This phrase is used to link a conditional clause and a result clause in a sentence. The sentence begins with **Nếu** (*if*) that heads the clause of condition, followed by **thì** (*then, in such condition*) that leads the clause of result. To form a question, the question word **không** is added at the end.

	Nếu	Clause of condition	thì	Clause of result	Question word
Statement:	Nếu	chị bán rẻ	thì	tôi mua.	
	If	you sell (it) cheap	then	I buy. *(lit)*	
	(If you sell it cheap then I will buy it.)				
Question:	Nếu	tôi bán rẻ	thì	chị mua	không?
	(If I sell it cheap, then will you buy it?)				
Answer:				Tôi mua.	
				I buy (it).	
				or	
				Tôi không mua.	
				I (do) not buy (it).	

EXERCISE 5: Write sentences with conjunctions using **Nếu ... thì ...**

1. Nó (thì) không đông / Họ sẽ đi bãi biển.

   _____

2. Không có xe buýt / Họ đi bằng xe tắc-xi không?

   _____

3. Kim có thời gian / Chị ấy đi thăm Mai không?

   _____

4. Trời không mưa / Tôi sẽ đi chợ.

   _____

5. Người bán không nói thách / Kim trả giá không?

_____

6. Nó không đắt / Kim mua không?

_____

LESSON ELEVEN
BÀI HỌC MƯỜI MỘT

BÀI HỌC MƯỜI MỘT: "NÓ TƯỢNG TRƯNG CHO VĂN HÓA CỔ TRUYỀN CỦA VIỆT NAM."

ĐÀM THOẠI

Hàng sơn mài là một trong những sản phẩm công nghệ nổi tiếng của Việt Nam. Nó được xem là một sản phẩm rất đặc biệt vì những vật liệu và kỹ thuật độc đáo liên quan trong việc làm ra nó. Người chủ hàng giải thích điều này cho Kim và Tom …

Kim:	Chúng tôi nên mua quà lưu niệm gì ở Việt Nam?
Chủ hàng:	Nếu (tôi) được phép, tôi xin đề nghị anh chị mua hàng sơn mài.
Kim:	Tại sao nó được gọi là "sơn mài"?
Chủ hàng:	Nó được gọi là "sơn mài" Δ1 vì vật liệu và kỹ thuật mà $\Diamond$1.4 người ta $\Diamond$1.3 dùng để làm ra nó. "Sơn" là nhựa được lấy ra từ cây sơn, "mài" nghĩa là "mài", một kỹ thuật căn bản được dùng để làm ra những sản phẩm sơn mài.
Tom:	Xin cho tôi biết, thí dụ như, làm cái nhỏ nhỏ Δ2 kia thì mất bao lâu?
Chủ hàng:	Làm cái nhỏ nhỏ đó hay cái nhỏ xíu này, mất khoảng từ hai đến bốn tháng.
Tom:	Tại sao nó mất nhiều thời gian như vậy?
Chủ hàng:	Tại vì mỗi cái, từ nhỏ nhất đến to nhất, $\Diamond$4.4 đều phải được phủ sơn, được ủ trong vải cho khô, xong rồi, được mài cho nhẵn. Giai đoạn này phải được lập lại ít nhất là mười hai lần.

LESSON ELEVEN: "IT REPRESENTS THE TRADITIONAL CULTURE OF VIETNAM."

CONVERSATION

Lacquer ware is one of the renowned handicraft products of Vietnam. It is considered to be very special because of the unique materials and techniques involved in making it. The shop owner explains this to Kim and Tom.

Kim: What souvenir gift should we buy in Vietnam?

Shop Owner: If I may, I would suggest that you buy lacquer

            wares.

Kim: Why is it called *"son mai"*?

Shop Owner: It is called *"son mai"* because of the materials

            and techniques that people use to make it. *"Son"*

            is the sap taken from the Rhus Succedanea tree,

            "mai" means "to sand," a primary technique used

            to make the lacquer products.

Tom: Please let me know, for example: How long does

            it take to make that medium small one?

Shop Owner: Making that medium small one or this tiny small

            one takes about two to four months.

Tom: Why does it take so much time?

Shop Owner: Because each one, from the smallest to the

            biggest, has to be coated with lacquer, be covered

            in cloth for drying, and then be sanded for

            smoothness. This process has to be repeated at

            least twelve times.

Kim: Nó thật là một sản phẩm rất đặc biệt.

Chủ hàng: Thật vậy, và nó cũng độc đáo ở nhiều tính cách.

Tom: Nó thì độc đáo ở những tính cách nào?

Chủ hàng: Tính cách "có một không hai." Vì mỗi sản phẩm
              được làm bằng tay, nên không có hai cái nào giống
              y như nhau. ♦29 Và mỗi sản phẩm có thể dùng cho
              nhiều mục đích khác nhau.

Kim: Xin cho tôi biết, cái này được dùng để làm gì? ♦30

Chủ hàng: Cái đó được dùng để giữ chai rượu trên bàn ăn, hay
              dùng để giữ khăn tắm trong phòng tắm, hay chị có
              thể dùng nó như vật để trang trí trong nhà. Nó
              tượng trưng cho văn hóa cổ truyền của Việt Nam.

Kim: It truly is a very special product.

Shop Owner: Indeed, and it also is unique in many ways.

Tom: In what way is it unique?

Shop Owner: In that "there is one, not two." Since each product
               is made by hand, therefore no two items are
               exactly alike. And each product can be used for
               many different purposes.

Kim: Please let me know, what is this one used for?

Shop Owner: That one is used to hold a wine bottle on the
               dining table, or used to hold the bath towels in
               the bathroom, or you can use it as an item for
               decorating the interior of a house. It represents
               the traditional culture of Vietnam.

NGỮ VỰNG / VOCABULARY

tượng trưng [tuh-ựr-ng truh-ng] to represent
văn hoá [vat-n hor-áh] culture
sơn mài [sur-n màh-i] lacquer ware
sản phẩm [sảh-n fửn-m] product
công nghệ [koh-ng ngẹh] handicraft
nổi tiếng [nòh-i ti-éh-ng] renowned, famous
được xem [duh-ựr-c sem] to be considered
đặc biệt [dạt-c bi-ẹh-t] special
vì [vì] for (*reason*)
vật liệu [vụn-t li-ẹh-u] material
kỹ thuật [kĩ thu-ựn-t] technique
độc đáo [dọh-c dáh-oh] unique
liên quan [li-eh-n quah-n] to involve
việc [vi-ẹh-c] matter, work *n*; *classifier for matter, work*
làm ra [làh-m rah] to make something into
người chủ hàng [nguh-ùr-i chủ hàh-ng] shop owner
giải thích [zảh-i thíck] to explain
quà lưu niệm [qu-àh luh-u ni-ẹh-m] souvenir gift
được phép [duh-ựr-c fép] may, might
gọi là [gọr-i làh] to be called
mà [màh] that *rel pron*
dùng [zù-ng] to use
sơn [sur-n] lacquer
nhựa [nhụh-ah] sap
lấy ra [lún-i rah] to take out
cây sơn [kun-i sur-n] Rhus Succedanea tree
mài [màh-i] to sand
nghĩa là [ngĩ-ah làh] to mean
căn bản [kat-n bảh-n] primary
cho [chor] to let
thí dụ [thí zụ] example
nhỏ nhỏ [nhỏr nhỏr] somewhat small, medium small

nhỏ xíu [nhỏr sí-u] very small
như vậy [nhuh vụn-i] as such
mỗi [mõh-i] each
nhất [nhún-t] best, most, *superlative*
đều [dèh-u] all
phủ [fủ] to coat
ủ [ủ] to cover
vải [vảh-i] cloth
khô [khoh] dry
xong (rồi) [sor-ng (ròh-i)] then
nhẵn [nhã̃t-n] smooth
giai đoạn [zah-i dor-ạh-n] process
lập lại [lụn-p lạh-i] to repeat
ít nhất [ít nhún-t] at least
lần [lùn] time (*fold*)
thật [thụn-t] truly
thật vậy [thụn-t vụn-i] indeed
tính cách [tính káh-ck] way
"Có một không hai" [kór mọh-t khoh-ng hah-i] unique, *(lit)*
    "There is one, not two" *(Viet expression)*
giống nhau [zóh-ng nhah-u] alike
mục đích [mụ-c dík] purpose
khác [kháh-c] different
khác nhau [kháh-c nhah-u] different from each other
"... để làm gì?" [dèh làh-m zì] "... in order to do/make what?"
giữ [zũh] to hold
chai rượu [chah-i ruh-ụr-u] bottle of wine
bàn ăn [bàh-n at-n] dining table
khăn tắm [khat-n tát-m] bath towel
phòng tắm [fòr-ng tát-m] bathroom
vật [vụn-t] item, thing
trang trí [trah-ng trí] to decorate
trong nhà [tror-ng nhàh] in the house (*interior*)

KEY TO PRONUNCIATION

nổi tiếng [nỏh-i ti-éh-ng] *pronounced as in* "<u>n</u>un+<u>oh</u>+<u>i</u>nk," *with tone falling, then rising, and* "<u>tie</u>r+so<u>ng</u>," *with tone rising, means* "famous."

nói tiếng [nór-i ti-éh-ng] *as in* "<u>n</u>un+<u>or</u>+<u>i</u>nk," *with tone rising, and* "<u>tie</u>r+so<u>ng</u>," *with tone rising, means* "to speak (a language)."

Example: **Muốn nổi tiếng thì nói tiếng Anh.**
If you want to be famous, then speak English.

kỹ thuật [kĩ thu-ụn-t] *pronounced as in* "<u>key</u>," *with tone dips, then rises, and* "<u>the</u>+<u>zoo</u>+<u>but</u>," *with tone dips, then cuts off abruptly, means* "technique."

kỹ thật [kĩ thụn-t] *pronounced as in* "<u>key</u>," *with tone dips, then rises, and* "<u>the</u>+<u>but</u>," *with tone dips, then cuts off abruptly, means* "truly careful."

Example: **Họ áp dụng kỹ thuật kỹ thật.**
They apply the technique truly carefully.

khác [kháh-c] *pronounced as in* "<u>Kha</u>n+civi<u>c</u>," *with tone rising, means* "different."

khách [kháh-ck] *pronounced as in* "<u>Kha</u>n+<u>Jack</u>," *with tone rising, means* "guest."

Example: **Khách khác thì ngồi bàn khác.**
Different guests then sit at a different table.

Δ THE VIET WAY

Δ1 COMPOUND WORDS

Though the Vietnamese language is distinguished as a monosyllabic language, more than 60 percent of the vocabulary is in the form of compound words. Each compound word consists of two or more words which, together, create a new, specific meaning. For example:

tay (arm) + **áo** (shirt) = **tay áo** (sleeve)
quà (gift) + **lưu** (to keep) + **niệm** (thoughts) =
    quà lưu niệm (souvenir gift)

There are also compound words which are made up for the sake of tonal harmony, that are favorably used in literature and frequently expressed in fluid and eloquent spoken language, as many Vietnamese love to converse in prose. The meaning of this type of compound word, therefore, does not change with or without the alliterative word. For example:

sạch (*clean*) *or* **sạch sẽ** (*clean*)
làm (*to work*) *or* **làm lụng** (*to work*)
mát (*cool*) *or* **mát mẻ** (*cool*)
mất (*to lose*) *or* **mất mát** (*to lose*)

Δ2 INTENSIFIED ADJECTIVES

When the Vietnamese are not so sure about the exact evaluation of the subject, they weaken the intensity of an adjective by reduplicating a single-word adjective. For example:

nhỏ (*small*)   **nhỏ nhỏ** (*somewhat small, medium small*)
to (*big*)   **to to** (*somewhat big, medium big*)

Instead of using superlative adjectives, the Vietnamese prefer to strengthen the intensity of an adjective by using a compound adjective that is composed of an adjective and a modifier. For example:

nhỏ *(adj)* + **xíu** (modifier)   **nhỏ xíu** (instead of **nhỏ nhất**)
small   tiny   tiny small (instead of *smallest*)

to *(adj)* + **tướng** (modifier)   **to tướng** (instead of **to nhất**)
big   super   super big (instead of *biggest*)

◊ VĂN PHẠM / GRAMMAR

◊1 PRONOUNS *continued*

◊1.3 Impersonal Pronouns: người ta (*people, one*) and họ (*they*)

The impersonal pronouns **người ta** (*people, one*) and **họ** (*they*) are used similar to the English words "you," "one," and "they" when the speaker does not wish to indicate a specific person or people. For example:

Người ta sợ thiên tai.
People fear for a natural disaster.

Người ta phải tuân hành luật pháp.
One has to obey the laws.

Họ biểu tình trước chợ.
They protest in front of the market.

Họ làm ruộng và chăn nuôi gia súc.
They farm and raise domestic animals.

EXERCISE 1: Underline the personal pronouns and circle the impersonal pronouns in the following sentences.

1. **Tom và Kim đi chợ. Họ muốn mua quà kỷ niệm.**

2. **Người ta thích mua hàng sơn mài ở Việt Nam.**

3. **Kim và Tom, họ nói chuyện với người chủ hàng.**

4. **Ở Việt Nam, người ta đóng cửa hàng để nghỉ trưa.**

5. **"Người ta buôn Đông, bán Tây,**
   "People buy things from the East, sell them in the West,

   Tôi đây làm rẫy cũng đầy bát cơm." (*Viet folk song*)*
   I am here clearing land for crops also have full bowl of rice."

---

* This Vietnamese folk song conveys how farmers compare themselves with wholesale traders, are proud of their farming, and happy with their lives.

◊1.4 Relative Pronouns

khi (mà) (*when*)   **nơi (mà)** (*where*)
người (mà) (*who, whom*)   **mà** (*that, which*)

There is no Vietnamese relative pronoun that is specifically equivalent to "whose."

Subject/Object	Relative Pronoun	Modified Clause
Năm 1975	<u>khi</u> mà	**chiến tranh Việt Nam chấm dứt.**
1975	when	the Vietnam War ended.
Khách sạn	<u>nơi</u> mà	**Tom và Kim ở.**
The hotel	where	Tom and Kim stay.
Người mẹ	<u>người</u> mà	**đang bế đứa trẻ.**
The mother	who	is holding the baby.
Người thầy	<u>người</u> mà	**tôi kính trọng.**
The teacher	whom	I respect.
Con đường	mà	**tôi đã đi qua.**
The road	that	I passed.
Quà kỷ niệm	mà	**Kim chọn.**
The souvenir	that	Kim chose.

EXERCISE 2: Write in the blanks the correct relative pronouns in Vietnamese.

1. **Hàng sơn mài** _____ **tôi mua**

2. **Thành phố** _____ **Mai sống.**

3. **Bãi biển** _____ **họ đi thăm.**

4. **Người bạn** (The friend) _____ **đi với Mai.**

5. **Tom** _____ **Mai đưa đến trạm y-tế.**

6. **Năm 1945** _____ **Thế chiến thứ II chấm dứt** (World War II ended).

◊4 ADJECTIVES *continued*

◊4.4 Superlatives: nhất (*number 1*) and hơn hết (*more than anything else*)

Superlatives **nhất** (*number 1*) and **hơn hết** (*more than anything else*) are equivalent to the English superlative adjective "most." These superlatives, however, are used <u>after the adjective</u> they modify, for example:

cao nhất   **nhỏ nhất**
tallest   smallest

đẹp hơn hết
more beautiful than anything/anyone else

đắt hơn hết
more expensive than anything else

For example:

Sears Tower là toà nhà <u>cao nhất</u> trong nước Mỹ.
The Sears Tower is the tallest building in the United States.

Burj Khalifa là toà nhà <u>cao hơn hết</u> trên thế giới.
Burj Khalifa is the tallest building in the world.

EXERCISE 3: Change the following adjectives to Vietnamese superlative adjectives:

1. **khoẻ** _____   2. **đông** _____

3. **đẹp** _____   4. **xa** _____

5. **tốt** _____   6. **tiện nghi** _____

7. **ngon** _____   8. **nhanh** _____

9. **nóng** _____   10. **đặc biệt** _____

◆ CÂU MẪU / SENTENCE PATTERNS

◆29 CONJUNCTIVE PHRASE "VÌ ... NÊN ..."
("SINCE ... THEREFORE ...")

This phrase is used to express a causal relationship between two
clauses. **Vì** (*since*) starts a clause of cause, and **nên** (*therefore*)
indicates the beginning of a clause of effect.

Vì	Clause of Cause	nên	Clause of Effect
Vì	nó được làm bằng tay	nên	nó độc đáo.
Since	it is made by hand	therefore,	it is unique.

EXERCISE 4: Use "**Vì ... nên ...**" to link the following pairs of
clauses in Vietnamese:

1. **Tom đi lạc / Anh ấy hỏi cách đi đường**

_____

2. **Xe buýt không có máy lạnh / Họ đi bằng xe tắc-xi**

_____

3. **Nó cay / Kim không thích**

_____

4. **Tom ngã / Anh ấy bị rách đầu gối**

_____

5. **Nó được làm bằng tay / Nó mất nhiều công**

_____

6. **Nó (thì) không đắt / Chị ấy mua**

_____

◆30 QUESTION PHRASE "... ĐỂ LÀM GÌ?"
("... TO DO/MAKE WHAT?")

This question phrase is used at the end of an interrogative sentence and asks for the relationship with the subject.

	Clause of Subject	Question phrase	Clause of Purpose
Question:	Cái này được dùng This one is used	để làm gì? for what?	
Answer:	Nó được dùng It is used		để giữ chai rượu. for holding the wine bottle.
Short answer:			Để giữ chai rượu. For holding the wine bottle.

EXERCISE 5: Create questions with the question phrase "...để làm gì" and provide appropriate answers using the following clauses:

1. Tom đến Việt Nam / Tom đi du lịch

_____?

_____

2. Họ cần dù / Họ đi thăm bãi biển

_____?

_____

3. Họ đi đến quán ăn / Họ ăn trưa

_____?

_____

4. Kim đi chợ / Chị ấy mua quà kỷ niệm

_____?

_____

5. Họ lấy nhựa cây sơn / Họ làm hàng sơn mài

_____?

_____

LESSON TWELVE
BÀI HỌC MƯỜI HAI

BÀI HỌC MƯỜI HAI: "NGƯỜI VIỆT ĂN MỪNG TẾT NGUYÊN ĐÁN NHƯ THẾ NÀO?"

ĐÀM THOẠI

Tết Nguyên Đán là tết quan trọng nhất ở Việt Nam. Mai giải thích cho Kim và Tom những phong tục cổ truyền và cách ăn mừng năm mới của người Việt.

Tom: Tết quan trọng nhất đối với người Việt là tết gì?

Mai: Nó là Tết Nguyên Đán, tết ăn mừng ba ngày đầu tiên của tháng đầu tiên của lịch ta. Δ1

Kim: Người ta ăn mừng tết này như thế nào?

Mai: Đầu tiên, không kể mọi người dù ở xa hay gần vẫn phải về nhà để đoàn tụ và ăn mừng Tết với gia đình của họ. ♦31 Người ta phải lau chùi nhà cửa, và phải giữ nó không bừa bãi ♦32 không những để đón linh hồn tổ tiên mà còn để tiếp khách. ♦33 Người ta không được phép dùng những ngôn ngữ xấu,♦34.1 hay những chữ có ý nghĩa tiêu cực. Δ2

Tom: Đó thật là một phong tục rất tốt, phải không?

Mai: Vâng, nhưng nó cũng khó để theo. Chính tôi đôi khi cũng quên nó. ◊1.5 Người Việt cũng lo trả nợ nần và làm việc thiện, với hy vọng việc này sẽ đem đến cho họ may mắn hơn trong năm mới.

Tom: Có còn gì khác nữa mà người ta nên làm cho Tết không?

Mai: Vâng, có, người ta dù nghèo vẫn cố mua cho họ một cái gì mới vì họ tin rằng điều này có lẽ cũng sẽ đem đến cho họ may mắn. ♦34.2

LESSON TWELVE: "HOW DO THE VIETNAMESE CELEBRATE THE NEW YEAR'S FESTIVAL?"

CONVERSATION

New Year's Festival is the most important festival in Vietnam. Mai explains to Kim and Tom the traditional customs and how the Vietnamese celebrate the New Year.

Tom: What is the most important festival for Vietnamese people?

Mai: It is Tet Nguyen Dan, the festival of celebrating the first three days of the first month of the lunar calendar.

Kim: How do people celebrate this festival?

Mai: First, everyone, regardless of whether they live far or near, must come home to reunite and celebrate Tet with their families. People must clean up their houses and must keep them uncluttered not only for welcoming their ancestors' spirits but also for receiving guests. People may not use bad language or words that have negative meanings.

Tom: That is a very interesting custom, right?

Mai: Yes, but it is also difficult to follow. I myself sometimes forget to do it. Vietnamese people also attend to paying their debts and do charity work, with the hopes that this will bring them better fortune in the new year.

Tom: Is there anything else that they should do for Tet?

Mai: Yes, there is. People, however poor, will still try to buy for themselves something new, as they believe that it might also bring them good luck.

Tom: Nó có vẻ như là một tết rất bận rộn với nhiều phong tục
       cổ truyền!

Mai: Vâng, nhưng đồng thời nó cũng là tết cho vui chơi.
       Chúng tôi đi thăm họ hàng, bạn bè và láng giềng. Chúng
       tôi ăn uống và chúc mừng tuổi mới của nhau, vì người
       Việt chúng tôi tính, chúng tôi cùng một lúc được thêm
       một tuổi* trong ngày Tết, thay vì vào ngày chúng tôi
       được sinh ra.

Tom: Như vậy, người ta có ăn mừng sinh nhật ở Việt Nam
       không?

Mai: Không, nó không phải là phong tục của chúng tôi.
       Chúng tôi không ăn mừng sinh nhật cho đến khi chúng
       tôi đạt đến sáu mươi tuổi.

Tom: Ồ! Nó là một cái đợi thật lâu cho những người muốn ăn
       mừng sinh nhật của riêng họ. Tôi sẽ phải đợi thêm ba
       mươi mốt năm nữa.

Mai: Thật vậy, nhưng như người Việt nói "Thời gian có
       cánh." Nó có lẽ sẽ không lâu như anh nghĩ đâu. ♦34.2

---

* The Vietnamese do not express "a year older" but "a year gained" to their
age on Tet. And they congratulate each other not for "getting older," but for
"having the new age."

Tom: It seems like a very busy festival with a lot of traditional customs.

Mai: Yes, it does, but at the same time, it is also a festival about entertainment. We go to visit our relatives, friends, and neighbors. We eat and drink and congratulate each other's new age, since we Vietnamese count ourselves as simultaneously gaining one more year on Tet, instead of on the day we were born.

Tom: So do people celebrate birthdays in Vietnam?

Mai: No, it is not our custom. We do not celebrate our birth day until we reach the age of sixty.

Tom: Wow! It is such a long wait for those who want to celebrate their own birthdays. I would have to wait for another thirty-one years!

Mai: Indeed. But as the Vietnamese say, "time has wings." It might not be so long as you think.

NGỮ VỰNG / VOCABULARY

người Việt [nguh-ùr-i vi-ẹh-t] Vietnamese (people)
ăn mừng [at-n mùh-ng] to celebrate
Tết Nguyên Đán [téh-t ngu-i-eh-n dáh-n] New Year's Festival
tết [téh-t] festival
quan trọng [quah-n trọr-ng] important
phong tục [for-ng tụ-c] custom, tradition
năm [nat-m] year
mới [múr-i] new
đối với [dóh-i vúr-i] for
đầu tiên [dùn-u ti-eh-n] first
lịch ta [lịck tah] lunar calendar
người ta [nguh-ùr-i tah] people, one *imp pron*
không kể [khoh-ng kẻh] regardless
mọi người [mọr-i nguh-ùr-i] everyone
dù [zù] whether
gần [gùn] near
phải [fảh-i] must
về nhà [vèh nhàh] to come home
đoàn tụ [dor-àh-n tụ] to reunite
gia đình [zah dình] family
lau chùi [lah-u chù-i] to clean up
nhà cửa [nhàh kủh-ah] house (and) door
giữ [zũh] to keep
không bừa bãi/bộn [khoh-ng bùh-ah bãh-i/bọh-n] uncluttered
"không những ... mà còn" [khoh-ng nhũh-ng ... màh kòr-n]
  "not only ... but also"
đón [dór-n] to welcome
linh hồn tổ tiên [linh hòh-n tổh ti-eh-n] ancestor's spirits
tiếp khách [ti-éh-p kháh-ck] to receive and entertain guest(s)
không được phép [khoh-ng duh-ựr-c fép] may not, must not,
  not allowed
ngôn ngữ [ngoh-n ngũh] language

xấu [sún-u] bad
chữ [chũh] word
tiêu cực [ti-eh-u kụh-c] negative
khó [khór] difficult
theo [the-i-oh] to follow
chính [chính]; **tự** [tụh] self
chính tôi [chính toh-i] myself
đôi khi [doh-i khi] sometimes
quên [queh-n] to forget
lo [lor] to attend to
nợ (nần) [nụr (nùn)] debt
việc thiện [vi-ẹh-c thi-ẹh-n] charity work
hy vọng [hi vọr-ng] to hope *v*; hope *n*
đem đến cho [dem déh-n chor] to bring someone something
may mắn [may-i mát-n] fortune, luck
nghèo [nghè-i-oh] poor
cái gì [káh-i zì] something, anything
vì [vì] as (*reason*)
tin rằng [tin ràt-ng] to believe that
có lẽ [kór lẽ] might
có vẻ [kór vẻ] to seem
bận (rộn) [bụn (rọh-n)] busy
đồng thời [dòh-ng thùr-i] at the same time
vui chơi [vu-i chur-i] fun and entertainment
họ hàng [họr hàh-ng] relative
bạn bè [bạh-n bè] friends, (*lit*) "clique of friends"
láng giềng [láh-ng zi-èh-ng]; **hàng xóm** [hàh-ng sór-m] neighbor
chúc mừng [chú-c mùh-ng] to congratulate
tuổi [tu-ỏh-i] age
tính [tính] to count
cùng lúc [kù-ng lú-c] simultaneously
được thêm [duh-ụr-c theh-m] to gain
thay vì [thay-i vì] instead of
được sinh ra [duh-ụr-c sinh rah] to be born
sinh nhật [sinh nhụn-t] birthday
đạt đến [dạh-t déh-n] to reach

sáu mươi tuổi [sáh-u muh-ur-i tu-ỏh-i] sixty years old
cái đợi [káh-i dụr-i] wait *n*
lâu [lun-u] long time
(của) riêng [(kủ-ah) ri-eh-ng] one's own
cánh [káh-nh] wings

KEY TO PRONUNCIATION

tiêu cực [ti-eh-u kụh-c] *pronounced as in* "tier+zoo," *with no tone, and* "key+uh+civic," *with tone dips, then cuts off abruptly, means* "negative."

tiêu cục [ti-eh-u kụ-c] *pronounced as in* "tier+zoo," *with no tone, and* "key+zoo+civic," *with tone dips, then cuts off abruptly, means* "pepper lumps."

Example: **Tiêu cực thì thụ động, tiêu cục thì cay.**
Negative is passive, pepper lumps are spicy.

quên [queh-n] *pronounced as in* "quick+eh+nun," *with no tone, means* "to forget."

quen [que-n] *pronounced as in* "quick+end," *with no tone, means* "to be used to."

Example: **"Hay uống quen say, hay ngủ quên thức."**
—Viet Idiom
"One who often drinks is used to getting drunk, one who often sleeps forgets to wake up."

tuổi [tu-ỏh-i] *pronounced as in* "Tom+zoo+oh+in," *with tone falling, then rising, means* "age."

đuổi [du-ỏh-i] *pronounced as in* "Dan+zoo+oh+in," *with tone falling, then rising, means* "to chase."

Example: **Tuổi chơi đuổi bắt.**
The age of playing chase and catch.

Δ THE VIET WAY

Δ1 TA *(WE, OUR, US)*

Lịch ta literally means "our calendar" and is the calendar based on the cycle of the moon, commonly known in the West as the lunar calendar. The word **ta** (*we, our, us*) is expressed as an adjective, referring to anything in the Vietnamese way or tradition. For example:

hàng ta (material or merchandise from Viet Nam)
thuốc ta (Vietnamese traditional medicine)
lấy ta (to marry a Vietnamese native)
"Ta về ta tắm ao ta, dù trong dù đục ao nhà vẫn hơn"
                                                    —*Viet folk song*
"We go home to bathe in our pond, whether it is clear or muddy our pond is still better."

Δ2. LANGUAGE FOR THE NEW YEAR FESTIVAL

The Vietnamese go the extra mile to make sure that everything they do is auspicious for Tet Nguyen Dan, the New Year Festival: they decorate their houses, prepare elaborate and sumptuous foods, wear new clothes, and carefully monitor their language. According to Vietnamese beliefs, unfortunate expressions spoken during the Tet period might bring bad karma for the whole year. So for at least the first three days of the New Year, it is best to avoid using words that have negative meanings, such as: **chết** (to die); **trượt** (to slip); **mất** (to lose); **chìm** (to sink); **kẹt** (stuck); **buồn** (sad); **giận** (angry); **lỡ** (missed). It's also best to rephrase any negative passive voice that might portray the speaker as the sufferer or victim of the situation. For example:

"Tôi bị kẹt xe."
"I was stuck in the traffic."

As the words **bị kẹt** (*be stuck*) are considered inauspicious, the sentence should be rephrased as:

"Tôi (thì) ở đường đông xe."
"I was in the vehicle-crowded street."

◊ VĂN PHẠM / GRAMMAR

◊1 PRONOUNS *continued*

◊1.5 Reflexive pronouns chính and tự (*self*)

* **chính** is expressed <u>only before the subject</u> or the personal pronoun it refers to.

* **tự** is used either <u>before or after the subject</u> it refers to.

For example:

> <u>Chính</u> **tôi quên nó.**
> Myself I forget it. *(lit)*
> (I myself forget it.)

> **<u>Tự</u> tôi pha trà.**   *or*   **Tôi <u>tự</u> pha trà.**
> Myself I fix the tea. *(lit)*   I myself fix the tea.

For the objective reflexive pronouns, the Vietnamese simply use personal pronouns. For example:

> **Tự <u>anh ấy</u> xây nhà cho <u>anh ấy</u>.**
> Himself he built the house for himself. *(lit)*
> (He himself built the house for himself.)

> *Note: The personal pronoun* **anh ấy** *is also used as an objective reflexive pronoun.*

> **<u>Tôi</u> tự làm cho <u>tôi</u>.**
> I myself did it for myself.

> *Note: The personal pronoun* **tôi** *is also used as an objective reflexive pronoun.*

EXERCISE 1: Rewrite the following Vietnamese sentences with reflexive pronouns:

1. Anh ấy học tiếng Việt.

_____

2. Chúng tôi đi tham quan thành phố.

_____

3. Họ mua vé bay cho họ.

_____

4. Chị ấy gọi cơm hải sản.

_____

5. Kim mua (cho chị ấy) quà kỷ niệm.

_____

6. Kim và Tom đi du lịch.

_____

♦ CÂU MẪU / SENTENCE PATTERNS

♦31 CONJUNCTIVE PHRASE "DÙ ... VẪN"
("THOUGH ... STILL")

This phrase is used to emphasize the contrast or the unexpected situation between the main clause and the modified clause. While **dù** can be expressed either before or after the subject, **vẫn** must be preceded by the subject.

Clause of 1st situation	Clause of 2nd situation
Mọi người <u>dù</u> ở xa,	họ <u>vẫn</u> phải về nhà trong ngày Tết.
All people, though they live far away,	they still must come home for Tết.
or	
<u>Dù</u> mọi người ở xa,	họ <u>vẫn</u> phải về nhà trong ngày Tết.

EXERCISE 2: Make Vietnamese sentences with the conjunctive phrase **dù ... vẫn ...** by combining the following pairs of clauses:

1. **Tom là người Mỹ / Anh ấy nói tiếng Việt**

   _____

2. **Khách sạn thì nhỏ / Kim và Tom thích nó**

   _____

3. **Bãi biển thì nóng / Họ không đem theo dù**

   _____

4. **Họ không biết đường đi / Họ đi chợ**

   _____

5. **Nó thì đắt / Kim mua nó**

   _____

6. **Mọi người ở xa / Họ phải về đoàn tụ với gia đình**

   _____

♦32 AUXILIARY VERB PHẢI (*MUST*)

Phải comes after the subject and before the verb it modifies. It is <u>different from the adjective word</u> **phải** (*right*) and the question phrase **phải không?** *(... is that right?).* For example:

Statement: **Người ta <u>phải</u> lau chùi nhà cửa.**
People must clean up the house.

Negative: **Người ta <u>không phải</u> lau chùi nhà cửa.**
People do not have to clean-up the house.

Không được is used as the equivalent of "must not," to express a prohibition. For example:

Người ta <u>không được</u> dùng ngôn ngữ xấu.
People must not use bad language.

EXERCISE 3: Write in the blanks the correct auxiliary verb: **phải; không phải;** or **không được.**

1. **Anh** _____ **nói tiếng Việt.** (negative)

2. **Nhưng anh** _____ **dùng ngôn ngữ xấu.**
(prohibition)

3. **Họ** _____ **lau chùi nhà cửa.** (statement)

4. **Chị** _____ **mua nó.** (negative)

5. **Nhưng chị** _____ **chụp ảnh** (to take a photo).
(prohibition)

6. **Họ** _____ **về nhà.** (statement)

♦33 CONJUNCTIVE PHRASE "KHÔNG NHỮNG ... MÀ CÒN" ("NOT ONLY ... BUT ALSO")

This phrase is used to conjoin two pieces of information into a single statement, with the first piece of information emphasizing the second.

* **không những** can be expressed before either the object or the subject.
* **mà còn** can be expressed without the subject. When the subject is included, it is used <u>after</u> the word **mà** and <u>before</u> the word **còn,** for example:

Chị ấy nói được <u>không những</u> tiếng Anh, <u>mà còn</u> tiếng Pháp.
She cannot only speak English, <u>but also</u> French.

or

<u>Không những</u> chị ấy nói được tiếng Anh, <u>mà còn</u> tiếng Pháp.
Not only can she speak English, <u>but also</u> French.

or

Chị ấy nói được <u>không những</u> tiếng Anh, <u>mà</u> chị ấy <u>còn</u> nói được tiếng Pháp.
She cannot only speak English, <u>but</u> she can <u>also</u> speak French.

EXERCISE 4: Make Vietnamese sentences with **không những ... mà còn** by joining the following pair of clauses:

1. **Khách sạn thì sạch / Khách sạn thì tiện nghi**

_____

2. **Trời thì nóng / Trời thì ẩm**

_____

3. **Họ đi Huế / Họ đi Hà Nội**

_____

4. **Chúng tôi đi thăm Vịnh Hạ Long / Chúng tôi đi thăm chùa Hương**

_____

5. **Nó (thì) không đẹp / Nó (thì) không rẻ**

_____

6. **Người Việt lo trả nợ / Người Việt lo làm việc thiện**

_____

◆34.1 AUXILIARY VERB ĐƯỢC PHÉP (MAY, MIGHT)

Được phép is used to express having or asking for permission. It comes after the subject and before the verb it modifies.

	Answer word	Subject	Aux. verb	Verb	Question word
Statement:		Tôi I	được phép may	đi vào. come in.	
Question:		Tôi I (May I come in?)	được phép may	đi vào come in	không? not? _(lit)_
Answer:	Vâng, Yes, _or_ Không, No,	anh you anh you	được phép may không được phép may not	đi vào. come in. đi vào. come in.	
Short answer:			Được. May. _or_ Không được. May not.		

♦34.2 AUXILIARY VERB CÓ LẼ (*MAY, MIGHT*)

Có lẽ is used to express possibility. It comes after the subject and <u>before the verb</u> it modifies. For example:

Chị ấy <u>có lẽ</u> đến trễ.	**Trời <u>có lẽ</u> mưa.**
She might come late.	It might rain.

EXERCISE 5: Fill in the blanks with the correct auxiliary verb: **được phép** or **có lẽ.**

1. **Anh ấy** _____ **chụp ảnh.**

2. **Máy ảnh của anh ấy** _____ **bị hỏng** (broken).

3. **Trời** _____ **không mưa.**

4. **Chúng nó** _____ **chơi ở ngoài** (play outside).

5. **Nó** _____ **là ngày Tết.**

6. **Họ** _____ **ăn mừng Tết.**

LESSON THIRTEEN
BÀI HỌC MƯỜI BA

BÀI HỌC MƯỜI BA: "CHÚNG CHÁU CHẮC CHẮN CÓ NHIỀU KỶ NIỆM ĐẸP"

ĐÀM THOẠI

Kim và Tom sẽ rời Việt Nam vào ngày mai. Họ đến nhà Mai để chào từ giã. Họ gặp bố của Mai và đàm thoại với ông ấy.

Bố Mai: Cô chú Δ1 đã đi thăm Quốc Tử Giám ở Văn Miếu chưa?

Kim: Thưa rồi ạ. Nó là trường Đại Học đầu tiên của Việt Nam, được xây dựng từ năm một ngàn không trăm bảy mươi, đúng không?

Bố Mai: Vâng đúng, còn Hồ Hoàn Kiếm, cô chú đã đi dạo dọc theo bờ hồ rồi, chứ? ♦35.1

Kim: Chúng cháu chỉ đi qua hồ chứ không đi bộ bên hồ.

Bố Mai: Còn có một hồ nổi tiếng nữa, gọi là Hồ Tây.

Tom: Có một hồ nổi tiếng nữa, sao? ♦35.2

Bố Mai: Vâng, nó nổi tiếng không những vì vẻ đẹp êm đềm của nó mà còn vì những dấu tích của chiến tranh Việt Nam. Chú bao nhiêu tuổi rồi? Δ2

Tom: Cháu hai mươi chín tuổi.

Bố Mai: Như vậy, cháu còn quá trẻ để mà biết về chuyện này. ♦36

Kim: Chuyện đó là về chuyện gì? Xin kể cho chúng cháu nghe!

LESSON THIRTEEN: "WE CERTAINLY HAVE A LOT OF BEAUTIFUL MEMORIES."

CONVERSATION

Kim and Tom will leave Vietnam tomorrow. They come to Mai's house to say good-bye. They meet Mai's father and chat with him.

Mai's father: Have you visited the School of the Sons of the Nation at Temple of Literature yet?

Kim: Humbly, we have, sir. It is the first university of Vietnam and was built in 1070, is that correct?

Mai's father: Yes, that's correct. And the Lake of the Restored Sword, have you already gone for a stroll along its bank, or not?

Kim: We only went past the lake, but did not get to walk beside it.

Mai's father: And there is another famous lake, called the West Lake.

Tom: There is another famous lake, really?

Mai's father: Yes, it is famous for not only its serene beauty, but also for its traces of the Vietnam War. How old are you?

Tom: I am twenty-nine years old.

Mai's father: So, you are still too young to know this story.

Kim: What is that story about? Please tell us!

Bố Mai: Cách đây hơn bốn mươi năm khi Việt Nam còn đang trong thời gian chiến tranh, một máy bay của Mỹ bị bắn rơi, và đâm xuống Hồ Tây. Phi công của chiếc máy bay xấu số đó bị bắt giam làm tù binh chiến tranh tại Hà Nội trong nhiều năm.

Tom: A, cháu biết chuyện ấy rồi. Phi công ấy hiện giờ là một Thượng nghị sĩ Mỹ, đúng không?

Bố Mai: Vâng đúng, tôi mừng cho ông ấy là cuối cùng, ông ấy xây dựng cuộc đời của ông ấy đến khải hoàn. Nhưng có rất nhiều nạn nhân không tên của chiến tranh, đã không thể xây dựng lại cuộc đời của họ.

Kim: Cháu ước, phải chi chiến tranh không bao giờ xảy ra. ◊6.3

Tom: Nếu vậy, bác đã không có chuyện này để kể, phải không?

Bố Mai: Không phải, tôi còn có vô số chuyện về thơ ca, được gợi hứng từ vẻ đẹp của Hồ Tây. Tôi hy vọng, những du khách như cô chú có thể tìm được nhiều kỷ niệm đẹp hơn là kỷ niệm xấu để đem về nước.

Kim: Bác an tâm! Chúng cháu chắc chắn có nhiều kỷ niệm đẹp.

Bố Mai: Xin chúc cô chú đi đường được an toàn, hay như người Việt thường chúc, "Đi đến nơi, về đến chốn!" nhé? ♦35.3

Mai's father: Over forty years ago when Vietnam was still at war, an American airplane was shot down and crashed into the West Lake. The pilot of that ill-fated airplane was captured and imprisoned as a prisoner of war in Hanoi for many years.

Tom: Ah, I knew that story already. That pilot is currently a U.S. senator, isn't that correct?

Mai's father: Yes, that's correct. I am happy for him that, in the end, he built his life to triumph. But there are so many nameless victims of war who could not rebuild their lives.

Kim: I wish the war had never happened.

Tom: If so, you would not have had this story to tell, is that right?

Mai's father: No, that is not right, I still have countless stories from the poems and songs that are inspired by the beauty of the West Lake. I hope tourists like you can find more good memories than bad ones to take home to your country.

Kim: You should be at peace! We certainly have a lot of beautiful memories.

Mai's father: Please, I wish you safe traveling, or as the Vietnamese usually say, "Go to your destination, come back to your place!" All right?

NGỮ VỰNG / VOCABULARY

chúng cháu* [chú-ng cháh-u] we
chắc chắn [chát-c chát-n] certainly
kỷ niệm [kỉ ni-ệh-m] memory
chào từ giã [chàh-oh tùh zãh] to say "good-bye"
gặp [gạt-p] to meet
<u>**bố**</u>/<u>**ba**</u> [<u>bóh</u>/<u>bah</u>] father
đàm thoại [dàh-m thor-ạh-i] to chat
ông ấy [oh-ng ún-i] he, him
cô [koh] younger aunt (*younger than the speaker's parents*)
chú [chú] younger uncle (*younger than the speaker's parents*)
Quốc Tử Giám [ku-óh-c tủh záh-m] School of the Sons of the Nation
Văn Miếu [vat-n mi-éh-u] Temple of Literature
trường [truh-ùr-ng] school *n; classifier for school*
trường Đại Học [truh-ùr-ng dạh-i họr-c] university
xây dựng [sun-i zụh-ng] to build
từ [tùh] since (*time phrase*)
một ngàn không trăm bẩy mươi [mọh-t ngàh-n khoh-ng trat-m bủn-i muh-ur-i] 1070
Hồ Hoàn Kiếm [hòh hor-àh-n ki-éh-m] Lake of Restored Sword
đi dạo [di zạh-oh] to stroll
bờ [bùr] bank (*of a lake*)
hồ [hòh] lake
chứ? [chúh] or not?, isn't that so? *tag question word*
đi qua [di qu-ah] to go past
chứ không [chúh khoh-ng] (but) not
bên [beh-n] beside
nữa [nũh-ah] another

---

* The Vietnamese use nouns of family members and relatives as personal pronouns: **chúng cháu,** therefore, is expressed as "we, niece and/or nephew," and/or as "we, grandchildren." For example:
  "**Chúng cháu muốn đi câu cá với Ông.**"
  "Grandchildren (We) want to go fishing with grandfather (you)."

Hồ Tây [hòh tun-i] West Lake
sao? [sah-oh] really? *tag question word*
vẻ đẹp [vẻ dẹp] beauty
êm đềm [eh-m dèh-m] serene
dấu tích [zún-u tí-ck] trace, mark
chiến tranh [chi-éh-n trah-nh] war
hai mươi chín [hah-i muh-ur-i chín] twenty-nine
trẻ [trẻ] young
quá ... để mà [qu-áh ... dẻh màh] too ... to
chuyện [chu-i-ẹh-n] story *n; classifier for matter, story*
bốn mươi [bóh-n muh-ur-i] forty
khi [khi] when *rel pron*
bắn rơi [bát-n rur-i] to shoot down
đâm xuống [dun-m su-óh-ng] to crash down
phi công [fi koh-ng] pilot
xấu số [sún-u sóh] ill-fated
bắt giam [bát zah-m] to capture and imprison
tù binh chiến tranh [tù binh chi-éh-n trah-nh] prisoner of war
ấy/đó [ún-i/dór] that
hiện giờ [hi-ẹh-n zùr] currently
thượng nghị sĩ [thuh-ụr-ng ngị sĩ] senator
mừng [mùh-ng] glad
cuộc đời [ku-ọh-c dùr-i] life
khải hoàn [khảh-i hor-àh-n] triumph
nạn nhân [nạh-n nhun] victim
không tên [khoh-ng teh-n] nameless
xây dựng lại [sun-i zụh-ng lạh-i] to rebuild
ước [uh-úr-c] to wish
phải chi [fảh-i chi] if, *conjunctive used in subjunctive mood*
không bao giờ [khoh-ng bah-oh zùr] never
nếu vậy [néh-u vụn-i] if so
bác [báh-c] (older) aunt, uncle (*who is older than the speaker's parents*)
vô số [voh sóh] countless
thơ ca [thur kah] poems (and) songs
gợi hứng [gụr-i húh-ng] to inspire

tìm được [tìm duh-ụr-c] to find
đem/mang về [dem/mah-ng vèh] to take home
nước [nuh-úr-c] country *n; classifer for country, liquid*
an tâm [ah-n tun-m] to be at peace
đi đường [di duh-ù-ng] to travel, *(lit)* "to walk the road"
an toàn [ah-n tor-àh-n] safe
"Đi đến nơi, về đến chốn!" [di déh-n nur-i vèh déh-n chóh-n]
    "Go to your destination, come back to your place!"
nhé? [nhé]; **nhá?** [nháh] "all right?" *tag question word*

KEY TO PRONUNCIATION

trẻ [trẻ] *pronounced as in* "<u>tr</u>ain+<u>e</u>mpty," *with tone falling, then rising, means* "young."
trẽ [trẽh] *pronounced as in* "<u>tr</u>ain+prot<u>é</u>gé," *with tone dips, then rises, means* "late."

Example: **Những người trẻ thường đến trẽ.**
    The young people often come late.

chắc chắn [chát-c chát-n] *pronounced as in* "<u>ch</u>air+<u>at</u>+civi<u>c</u> <u>ch</u>air+<u>at</u>+nu<u>n</u>," *with tone rising, means* "certain, sure."
chắc chán [chát-c cháh-n] *pronounced as in* "<u>ch</u>air+<u>at</u>+civi<u>c</u> <u>ch</u>air+<u>ah</u>+nu<u>n</u>," *with tone rising, means* "may be tired of."

Example: **Anh ấy chắc chán làm, nhưng cô ấy chắc chắn chán làm.**
    He might be tired of working, but she certainly is tired of working.

Δ THE VIET WAY

Δ1 PERSONAL PRONOUNS

The Vietnamese prefer to use the nouns of family members and relatives as personal pronouns when they want to address their interlocutors in an informal yet respectful way. **Bác** (*aunt, uncle*) is used to address someone who is <u>older</u> than your parents. A person who is younger than your father is called **cô** (*aunt*) or **chú** (*uncle*). A person who is younger than your mother is called **dì** (*aunt*) or **cậu** (*uncle*). Nephews, nieces, and grandchildren should refer to themselves as **cháu**. For example:

- An older uncle talks to his nephew:

  <u>Bác</u> kể cho <u>cháu</u> nghe một chuyện.
  (Older <u>uncle</u> tells <u>nephew</u> a story. *or* I tell <u>you</u> a story.)

- A grandfather talks to his grandchild:

  <u>Ông</u> kể cho <u>cháu</u> nghe một chuyện.
  (<u>Grandpa</u> tells <u>grandchild</u> a story. *or* I tell <u>you</u> a story.)

However, when a person who is <u>older than your parents</u> addresses you as **cô** or **chú**, they are honoring you by calling you the aunt or uncle of their children, rather than their own niece or nephew. It is the Vietnamese social etiquette to elevate a person to the highest possible position in the family.

Δ2 PERSONAL QUESTIONS

Personal questions are not considered intrusive or rude in Vietnam for many reasons:

- The older you get the more respect you gain. "**Anh/Chị bao nhiêu tuổi?**" ("*How old are you?*") is initially asked in most conversations so that people can address each other properly.

- Having a family is the best blessing you receive. Evidently, the questions "**Anh/Chị kết hôn chưa?**" ("*Are you married yet?*") or "**Anh/Chị có con chưa?**" ("*Do you have children yet?*") are commonly asked to express concern and care for another person.

- The more money you earn or spend the more successful you are. You might feel embarrassed or offended if you are asked "**Lương của anh/chị bao nhiêu?**" ("How much is your income?") or "**Nhà (của) anh/chị trị giá bao nhiêu?**" ("How much is your house worth?"). The Vietnamese, however, think it is complementary to give another person an opportunity to let others know about their personal wealth and success.

◊ VĂN PHẠM / GRAMMAR

◊2.4 CLASSIFIERS *continued*

The Vietnamese classifier is fully explained in Lesson Three. The following are additional classifiers to help enrich your vocabulary.

Category	Classifier	Example
story	**chuyện**	**chuyện chiến tranh** (war story), **chuyện tình** (love story), **chuyện du lịch** (travel story)
affair, work	**việc**	**việc kinh doanh** (business affair), **việc thiện** (charity work), **việc xã hội** (social work)
positive emotion	**niềm**	**niềm hy vọng** (hope), **niềm thương** (affection), **niềm vui** (happiness)
negative emotion	**nỗi**	**nỗi thất vọng** (hopeless), **nỗi mong** (longing), **nỗi buồn** (sadness)

EXERCISE 1: Write the appropriate Vietnamese classifiers in the blanks. Some words can be used with more than one classifier.

1. _____ **chiến tranh** (war)

2. _____ **thiện** (charity)

3. _____ **thất vọng** (hopeless)

4. _____ **mong** (longing)

5. _____ **ăn uống** (eat and drink)

6. _____ **trinh thám** (detective)

7. _____ **vui** (happy)

8. _____ **ngắn** (short)

9. _____ **nhớ** (missing)

10. _____ **cảm động** (touching)

◊**6 VERBS** *continued*

◊**6.3 Subjunctive Mood**

Vietnamese verbs never change their form regardless of their tense, voice, and mood. The subjunctive mood, therefore, is expressed through <u>adverbs or conjunctions</u>.

* For <u>expressing a regret</u>, use **gì** (*if*) after the verb **ước** (*to wish*). For example:

  Tôi tiếc là trời mưa. *(a regret)*
  I regret that it rains.

  Tôi ước <u>gì</u> trời không mưa. *(subjunctive mood)*
  I wish it did not rain.

* For expressing <u>a regret that something did not truly happen in the past</u>, use the verb **ước** with the conjunctive phrase **"phải chi ... thì đã"** ("if ... then + *past tense marker*"). For example:

  Tôi tiếc là có chiến tranh và có nạn nhân chiến tranh. *(a regret)*
  I regret that there was war and there were war victims.

  Tôi ước <u>phải chi</u> không có chiến tranh, <u>thì đã</u> không có nạn nhân chiến tranh. *(subjunctive mood)*
  I wish <u>there were</u> no war, <u>then there would have been</u> no victims (of) the war.

* For <u>expressing a possible reaction as a result of an untrue situation</u>, use the conjunctive phrase **"Nếu ... thì đã"** ("If ... then + *past tense marker*"). For example:

  Không có chuyện để kể vì không có máy bay rơi. *(a possible result)*
  There was no story to tell because there was no airplane crash.

  <u>Nếu</u> không có máy bay rơi, <u>thì đã</u> không có chuyện để kể. *(subjunctive mood)*
  <u>If there had been</u> no airplane crash, <u>then there would have not been</u> a story to tell.

EXERCISE 2: Underline the conjunctive phrases that indicate subjunctive mood in the following Vietnamese sentences:

1. Tôi ước gì tôi là người Việt.
2. Nếu Tom không gặp Mai, thì họ đã không là bạn.
3. Phải chi xe buýt có máy lạnh, thì chúng tôi đã không phải đi bằng xe tắc-xi.
4. Nếu Tom không leo núi, thì anh ấy đã không bị ngã.
5. Kim ước gì không có chiến tranh.
6. Phải chi tôi không đến, thì tôi đã không phải chào từ giã.

Additional Common Vietnamese Sayings in Subjunctive Mood:

"Nếu không có lửa thì đã không có khói." (*Viet Proverb*)
If there were no fire, then there would not have been smoke.

"Ước gì anh lấy được nàng, thì anh lót gạch Bát tràng cho nàng rửa chân."
"I wish I could marry her, then I would have set Bat Trang tiles for her to wash her feet."
　　　　　　—Viet folk-song, expressing an endearing wish for marrying the one he loves

"Trời sinh hùm chẳng có vây. Hùm mà có cánh, hùm bay lên trời."
"The tiger is born without fins. If it had wings, it would have flown to the sky."
　　　　　　—Viet folk-song, satirizing those who are arrogant and like to show off

♦ CÂU MẪU / SENTENCE PATTERNS

♦35 TAG QUESTION WORDS IN CORDIAL CONVERSATION

In conversation, the Vietnamese pose a lot of questions that are formed by adding tag questions words to the end of a statement, asking for a "yes" or "no" answer, or a confirmation, or an agreement from the interlocutor.

♦35.1 Use **chứ?** as "...isn't that so?, or not?"; for example:

Anh đi thăm Quốc Tử Giám rồi, chứ?
You went to visit the Temple of Literature already, isn't that so?

Vâng rồi.
Yes already.

♦35.2 Use **sao?** as "really?"; for example:

Có một hồ nổi tiếng nữa, sao?
There is another famous lake, really?

Vâng/Dạ.
Yes.

♦35.3 Use **nhá?** or **nhé?** as "all right?"; for example:

Tôi sẽ kể cho anh nghe một câu chuyện, nhé?
I will tell you a story, all right?

Vâng xin bác kể đi.
Yes, please tell (a story).

EXERCISE 3: Write the correct tag question words in the blanks.

1. **Tom là du khách Mỹ,** _____ (really?)

2. **Chúng ta hãy đi chợ,** _____ (all right?)

3. **Anh đã đi Huế rồi,** _____ (or not?)

4. **Họ không đến,** _____ (really?)

5. **Anh gọi điện thoại cho Kim,** _____ (all right?)

6. **Kim mua quà kỷ niệm rồi,** _____ (or not?)

♦36 CONJUNCTIVE PHRASE "QUÁ ... ĐỂ MÀ ..."
("TOO ... TO ...")

This phrase is expressed and used as in English. The word **quá** is followed by an adjective and the words **để mà** precede a verb. For example:

Anh còn <u>quá</u> trẻ *(adj)* **<u>để mà</u> biết** *(v)* **về chuyện này.**
You are too young to know this story.

EXERCISE 4: Write sentences using the conjunctive phrase **"quá ... để mà ..."**.

1. **Bãi biển thì nóng / đi**

_____

2. **Bài học thì khó** (difficult) **/ học**

_____

3. **Đường thì xa / đi bộ**

_____

4. **Món cơm thì cay / ăn**

_____

5. **Quà lưu niệm thì đắt / mua**

_____

6. **Anh thì trẻ / biết**

_____

GIẢI ĐÁP
ANSWER KEY

BÀI HỌC MỘT / LESSON ONE

EXERCISE 1:
1. Chị ấy   2. Anh ấy   3. Anh/Chị   4. Tôi
5. Nó   6. Nó   7. Tôi   8. Anh/Chị

EXERCISE 2:
1. Mai <u>nói</u> tiếng Việt, Tom <u>nói</u> tiếng Anh.
2. Mai <u>nói</u> tiếng Anh <u>không</u>?
3. Không, Mai <u>không</u> nói tiếng Anh.
4. Tom <u>nói</u> tiếng Việt <u>không</u>?
5. Vâng, Tom <u>nói</u> một chút tiếng Việt.

EXERCISE 3:
1. Tên của chị ấy là gì?   2. Tên của chị ấy là Mai.
3. Mai nói tiếng gì?   4. Mai nói tiếng Việt.
5. Tom nói tiếng gì?   6. Anh ấy nói tiếng Anh.

BÀI HỌC HAI / LESSON TWO

EXERCISE 1:
1. Họ
2. Chị ấy; họ
3. Anh chị
4. Họ; chị ấy,
5. "Chúng tôi; nó."
6. Nó

EXERCISE 2:
1. Tom đi du lịch ở đâu?
2. Mai sống ở đâu?
3. Tom và Kim ở đâu?
4. Tom và Kim đi đâu?

EXERCISE 3:
1. Mây (thì) trắng, ruộng (thì) xanh,
   Trâu (thì) khoẻ, người nông (thì) biết ơn.
2. "Em là trăng, ta là rừng,
   Đêm (thì) vô tận.
   Trăng (thì) sáng không? Rừng (thì) sâu không?
   Để đêm là hội."

BÀI HỌC BA / LESSON THREE

EXERCISE 1:
1. Người   2. Nước   3. Nước   4. Người
5. Tiếng   6. Tiếng   7. Người   8. Nước
9. Nước   10. Tiếng

EXERCISE 2:
1. Mai là người Việt, phải/đúng không?
   Vâng phải/đúng, Mai là người Việt.
2. Chị ấy không nói tiếng Anh, phải/đúng không?
   Vâng phải/đúng, chị ấy không nói tiếng Anh.
3. Tom và Kim không phải là khách du lịch, phải/đúng không?
   Không phải/đúng, họ là khách du lịch.
4. Họ thích đi tham quan thành phố, phải/đúng không?
   Vâng phải/đúng, họ thích đi tham quan thành phố.
5. Kim không thích đi bãi biển, phải/đúng không?
   Không phải/đúng, Kim thích đi bãi biển.

EXERCISE 3:
1. Rất đẹp!   Thật đẹp!   Đẹp lắm!   Đẹp quá!
   Đẹp thật!
2. Rất đông!   Thật đông!   Đông lắm!   Đông quá!
   Đông thật!
3. Rất nhiều!   Thật nhiều!   Nhiều lắm!   Nhiều quá!
   Nhiều thật!
4. Rất sạch!   Thật sạch!   Sạch lắm!   Sạch quá!
   Sạch thật!
5. Rất yên tĩnh!   Thật yên tĩnh!   Yên tĩnh lắm!
   Yên tĩnh quá!   Yên tĩnh thật!

BÀI HỌC BỐN / LESSON FOUR

EXERCISE 1:

1. Xe	2. Cái	3. Cái	4. Quả/Trái
5. Quả/Trái	6. Xe	7. Cái	8. Máy
9. Xe	10. Máy		

EXERCISE 2:

1. Nhiều	2. Hai	3. Những/Các
4. Nhiều	5. Ba	

EXERCISE 3:

1. có	2. (Có)	3. có
4. có	5. có	6. (Có)

EXERCISE 4:
1. Anh/Chị có thích nó không?
2. Nó có xa không?
3. Anh ấy có nói tiếng Việt không?
4. Họ có đi bãi biển không?
5. Nó có đông không?

EXERCISE 5:

1. Có gì?	2. Không có gì hết.	3. Muốn đi không?
4. Muốn.	5. Cần không?	6. Không cần.

BÀI HỌC NĂM / LESSON FIVE

EXERCISE 1:
1. <u>Khách sạn</u> (kia) thì ở một <u>thành phố</u> (đông) người.
2. <u>Thành phố</u> (này) có (nhiều) <u>bãi biển</u> (đẹp).
3. (Đây) là <u>Kim</u>, (kia) là <u>Tom</u>.
4. Họ là <u>du khách</u> (Mỹ); chúng tôi là <u>sinh viên</u> (Pháp).
5. "<u>Trâu</u> (chậm) uống <u>nước</u> (đục)."
6. "Ăn <u>cơm</u> (Tầu), ở <u>nhà</u> (Tây), lấy <u>vợ</u> (Nhật)."

EXERCISE 2:
Kim và Tom muốn đi bộ <u>từ</u> chợ <u>đến</u> khách sạn. Họ đi <u>dọc theo</u> đại lộ Lê Lợi <u>đến khi</u> họ thấy đại lộ Nguyễn Huệ, họ rẽ phải <u>ở</u> đèn xanh đèn đỏ, và đi <u>thẳng đến</u> khách sạn. Khách sạn của họ thì <u>ở cạnh</u> một cửa hàng.

EXERCISE 3:
1. Anh <u>có thể</u> nói tiếng Việt không?
2. Tôi <u>có thể</u> nói tiếng Việt.
3. Anh chị <u>có thể</u> giúp tôi không?
4. Chúng tôi <u>có thể</u> giúp anh.
5. Họ <u>có thể</u> đi đâu?
6. Họ <u>có thể</u> đi bãi biển.

EXERCISE 4:
1. Đợi ở đây!   2. Hãy <u>không/đừng</u> đi lối này!
3. Rẽ phải!   4. <u>Không/Đừng</u> chụp ảnh!
5. Hãy bỏ mũ và cởi giầy!   6. Hãy giữ im lặng!

BÀI HỌC SÁU / LESSON SIX

EXERCISE 1:
1. Máy ảnh của Tom
2. Văn phòng của chị ấy
3. Phòng tranh của họa sĩ
4. Số điện thoại của tôi
5. Dù của anh/chị
6. Khách sạn của họ

EXERCISE 2:
1. Có phải/đúng chị là Kim không?
2. Có phải/đúng đây là văn phòng của Mai không?
3. Có phải/đúng nó là chợ Bến Thành không?
4. Có phải/đúng họ đóng cửa để nghỉ trưa không?
5. Có phải/đúng Kim ở khách sạn Trăm Sao không?
6. Có phải/đúng Kim và Mai đi thăm phòng tranh không?

EXERCISE 3:
1. Ai gọi Mai?
2. Văn phòng của ai?
3. Ai muốn đi?
4. Phòng tranh của ai?
5. Số điện thoại của ai?
6. Ai đi ăn trưa?

EXERCISE 4:
1. Ai gọi Mai? Kim gọi Mai.
2. Phòng tranh của ai? Của họa sĩ Nguyễn Thiên Tài.
3. Mấy giờ họ đóng cửa phòng tranh?
4. Họ đóng cửa phòng tranh từ mười hai giờ đến hai giờ.
5. Số điện thoại của Tom là số mấy?
6. Nó là số tám bốn năm chín ba bốn không một ba.
7. Số điện thoại của Tom có mấy số?
8. Số điện thoại của Tom có chín số.

BÀI HỌC BẢY / LESSON SEVEN

EXERCISE 1:
1. Thịt bò   2. Con bò   3. Con heo   4. Thịt heo
5. Con gà   6. Thịt gà   7. Nước trà   8. Nước mắm
9. Món cơm   10. Nước dừa

EXERCISE 2:
1. "Làm có chúa, múa có trống."
2. "Tốt khoe, xấu che."
3. "Nói một đằng, làm một nẻo."
4. "Ăn quả nhớ kẻ trồng cây."
5. "Học ăn, học nói, học gói, học mở"

EXERCISE 3:
1. Món   2. Con   3. Người   4. Quả/Trái
5. Thịt   6. Nước   7. Nước   8. Món

EXERCISE 4:
1. Cô ấy là Mai hay là Kim?
2. Tom nói tiếng Anh hay nói tiếng Việt?
3. Mai là người Việt hay là người Mỹ?
4. Họ đi bằng xe buýt hay đi bằng xe tắc-xi?
5. Kim ăn cơm hải sản hay ăn phở?
6. Mai gọi một ly nước mía hay gọi một ly sinh tố mãng cầu?

EXERCISE 5:
1. nữa không?   2. gì nữa.   3. gì nữa không?
4. nữa.   5. gì nữa không?   6. gì nữa.

BÀI HỌC TÁM / LESSON EIGHT

EXERCISE 1:
1. đang/sắp   2. sẽ   3. sẽ   4. đang
5. sẽ   6. đang   7. sẽ   8. sẽ

EXERCISE 2:
1. Bao giờ Tom sẽ xếp hành lý?
2. Bao giờ họ sẽ đi Huế?
3. Bao giờ Kim sẽ mua vé bay?
4. Bao giờ họ sẽ đến Hà Nội?
5. Bao giờ họ sẽ đi bãi biển?
6. Bao giờ anh chị sẽ trở lại?

EXERCISE 3:
1. Tom xếp hành lý mất bao lâu?
2. Chúng tôi ở Huế bao lâu?
3. Đi bằng máy bay mất bao lâu?
4. Họ sẽ phải ngủ trên xe lửa bao lâu?
5. Từ Huế đi Hà Nội bằng xe lửa mất bao lâu?

EXERCISE 4:
1. Họ đi Huế bằng phương tiện gì?
2. Anh ấy đi Hà Nội bằng phương tiện gì?
3. Chị ấy đi chợ bằng phương tiện gì?
4. Chúng ta đi bãi biển bằng phương tiện gì?
5. Họ đi làm bằng phương tiện gì?

EXERCISE 5:
Thứ sáu Tom và Kim sẽ đi Huế nên họ có nhiều thời gian để
xếp hành lý. Nhưng thứ Năm họ nên xếp hành lý. Huế đang
ở trong mùa mưa nên trời thường mưa vào buổi chiều. Họ
nên đem theo dù. Đi bằng xe lửa mất nhiều thời gian, nên
họ đi bằng máy bay. Họ nên mua vé bay sớm.

(On) Friday, Tom and Kim will go to Hue, therefore, they have
plenty of time to pack (suitcases). But (on) Thursday they should
pack (their suitcases). Hue is in the rainy season, therefore, it
often rains in the afternoon. They should bring along umbrellas.
Going/Traveling by train takes much time, therefore, they
go/travel by airplane. They should buy the flight tickets early.

BÀI HỌC CHÍN / LESSON NINE

EXERCISE 1:
1. đã ... đang   2. đã từng   3. đã ... đang
4. đã   5. đã   6. đã từng

EXERCISE 2:
1. Mai được Kim gọi điện thoại.
2. Mai được chị ấy rủ đi ăn.
3. Kim được Bác-sĩ khuyên.
4. Chị ấy được anh ấy bảo.
5. Mai được họ thích.

EXERCISE 3:
Tom và Kim <u>luôn luôn</u> muốn đi du lịch <u>xa</u>. Họ <u>chưa bao giờ</u> đi Hà Hội, nhưng họ đã đi Huế <u>rồi</u>. Mai làm việc ở <u>đây</u>, và chị ấy ở <u>gần</u> thành phố. Chị ấy <u>ít khi</u> đi Huế nhưng chị ấy <u>thường</u> đi thăm Hà Nội. <u>Bây giờ</u>, họ sẽ đi ăn, <u>xong</u> họ sẽ đi đến khách sạn. Họ không muốn ăn <u>trễ</u> vì họ muốn đi ngủ <u>sớm</u>.

EXERCISE 4 :
1. Anh chị đến Việt Nam bao giờ ?
2. Bao giờ Tom và Kim sẽ đi Huế?
3. Tom leo núi bao giờ ?
4. Bao giờ Mai sẽ đi đón họ?
5. Họ đến bao giờ ?

EXERCISE 5:
1. Tom bị rách đầu gối (tại) vì Tom bị ngã.
2. Kim phải đưa Tom vào trạm y-tế (tại) vì anh ấy bị chảy máu nhiều.
3. Kim được cho nước biển (tại) vì chị ấy bị xỉu.
4. Kim nên uống nước nhiều (tại) vì chị ấy bị thiếu nước.
5. Họ đến trễ (tại) vì trời mưa.
6. Họ muốn đi ăn (tại) vì họ bị đói.

EXERCISE 6:
1. Nó đã là tám giờ rồi.   2. Họ đến chưa?
3. Họ chưa đến.   4. Mai đã gọi họ rồi.
5. Kim đã bình phục rồi.   6. Vết thương củaTom đã lành chưa?

BÀI HỌC MƯỜI / LESSON TEN

EXERCISE 1:
1. Quả cam thì to <u>bằng</u> quả táo, nó (thì) nhỏ <u>hơn</u> quả bưởi, nhưng nó (thì) <u>không</u> chua <u>bằng</u> quả chanh.
2. Một chai Coke thì ngọt <u>bằng</u> một chai Pepsi, nó thì ngon <u>hơn</u> một chai nước chanh, nhưng nó thì <u>ít/kém</u> lành <u>hơn</u> một chai nước suối.

EXERCISE 2:
1. được không? 2. chịu không? 3. được không?
4. chịu không? 5. được không? 6. chịu không?

EXERCISE 3:
1. Nó được làm bằng gì ?
2. Nó được làm bằng hàng gì ?
3. Nó được làm bằng gì?
4. Nó được làm bằng hàng gì?
5. Nó được làm bằng gì?
6. Nó được làm bằng hàng gì?

EXERCISE 4:
1. Vé xe lửa giá bao nhiêu?
2. Tấm tranh đó giá bao nhiêu?
3. Một chuyến xe buýt giá bao nhiêu?
4. Một vé vào viện Bảo tàng giá bao nhiêu?
5. Một chai nước giá bao nhiêu?

EXERCISE 5:
1. Nếu nó (thì) không đông, thì họ sẽ đi bãi biển
2. Nếu không có xe buýt, thì họ đi bằng xe tắc-xi không?
3. Nếu Kim có thời gian, thì chị ấy đi thăm Mai không?
4. Nếu trời không mưa, thì tôi sẽ đi chợ.
5. Nếu người bán không nói thách, thì Kim trả giá không?
6. Nếu nó không đắt, thì Kim mua không?

BÀI HỌC MƯỜI MỘT / LESSON ELEVEN

EXERCISE 1:
1. Họ
2. Người ta
3. Họ
4. Người ta
5. Người ta / Tôi

EXERCISE 2:
1. mà
2. nơi (mà)
3. mà
4. người (mà)
5. người (mà)
6. khi (mà)

EXERCISE 3:
1. khoẻ nhất/hơn hết
2. đông nhất/hơn hết
3. đẹp nhất/hơn hết
4. xa nhất/hơn hết
5. tốt nhất/hơn hết
6. tiện nghi nhất/hơn hết
7. ngon nhất/hơn hết
8. nhanh nhất/hơn hết
9. nóng nhất/hơn hết
10. đặc biệt nhất/hơn hết

EXERCISE 4:
1. Vì Tom đi lạc nên anh ấy hỏi cách đi đường.
2. Vì xe buýt không có máy lạnh nên họ đi bằng xe tắc-xi.
3. Vì nó cay nên Kim không thích.
4. Vì Tom ngã nên anh ấy bị rách đầu gối.
5. Vì nó được làm bằng tay nên nó mất nhiều công.
6. Vì nó (thì) không đắt nên chị ấy mua.

EXERCISE 5:
1. Tom đến Việt Nam để làm gì?
   Tom đến Việt Nam để đi du lịch.
2. Họ cần dù để làm gì?
   Họ cần dù để đi thăm bãi biển.
3. Họ đến quán ăn để làm gì?
   Họ đến quán ăn để ăn trưa.
4. Kim đi chợ để làm gì?
   Chị ấy đi chợ để mua quà kỷ niệm.
5. Họ lấy nhựa cây để làm gì?
   Họ lấy nhựa cây để làm hàng sơn mài.

BÀI HỌC MƯỜI HAI / LESSON TWELVE

EXERCISE 1:
1. Anh ấy tự học tiếng Việt.
2. Chúng tôi tự đi tham quan thành phố.
3. Họ tự mua vé bay cho họ.
4. Chị ấy tự gọi cơm hải sản.
5. Kim tự mua cho chị ấy quà kỷ niệm.
6. Kim và Tom tự đi du lịch.

EXERCISE 2:
1. Dù Tom là người Mỹ, anh ấy vẫn nói tiếng Việt.
2. Dù khách sạn thì nhỏ, Kim và Tom vẫn thích nó.
3. Dù bãi biển thì nóng, họ vẫn không đem theo dù.
4. Dù họ không biết đường đi, họ vẫn đi chợ.
5. Dù nó (thì) đắt, Kim vẫn mua nó.
6. Dù mọi người ở xa, họ vẫn phải về đoàn tụ với gia đình.

EXERCISE 3:
1. Anh không phải nói tiếng Việt.
2. Nhưng anh không được dùng ngôn ngữ xấu.
3. Họ phải lau chùi nhà cửa.
4. Chị không phải mua nó.
5. Nhưng chị không được chụp ảnh.
6. Họ phải về nhà.

EXERCISE 4:
1. Khách sạn thì không những sạch mà còn tiện nghi.
2. Trời thì không những nóng mà còn ẩm.
3. Họ không những đi Huế mà còn đi Hà Nội.
4. Chúng tôi không những đi thăm Vịnh Hạ Long mà còn đi thăm chùa Hương.
5. Nó thì không những không đẹp mà còn không rẻ.
6. Người Việt không những lo trả nợ mà còn lo làm việc thiện.

EXERCISE 5:
1. Anh ấy được phép chụp ảnh.
2. Nhưng máy ảnh của anh ấy có lẽ bị hỏng.
3. Trời có lẽ không mưa.
4. Chúng nó được phép/có lẽ chơi ở ngoài.
5. Nó có lẽ là ngày Tết.
6. Họ được phép/có lẽ ăn mừng Tết.

BÀI HỌC MƯỜI BA / LESSON THIRTEEN

EXERCISE 1:
1. chuyện   2. việc   3. nỗi   4. nỗi
5. chuyện or việc 6. chuyện   7. niềm   8. chuyện
9. nỗi   10. niềm

EXERCISE 2:
1. Tôi <u>ước gì</u> tôi <u>là người Việt.</u>
2. <u>Nếu</u> Tom không gặp Mai, thì họ <u>đã không là bạn.</u>
3. <u>Phải chi</u> xe buýt có máy lạnh, thì chúng tôi <u>đã không</u> <u>phải đi bằng xe tắc-xi.</u>
4. <u>Nếu</u> Tom không leo núi, thì anh ấy <u>đã không bị ngã.</u>
5. Kim <u>ước gì</u> <u>không có chiến tranh.</u>
6. <u>Phải chi</u> tôi không đến, thì tôi <u>đã không phải chào từ giã.</u>

EXERCISE 3:
1. Tom là du khách Mỹ, sao?
2. Chúng ta hãy đi chợ, nhé/nhá?
3. Anh đã đi Huế rồi, chứ?
4. Họ không đến, sao?
5. Anh gọi điện thoại cho Kim, nhé/nhá?
6. Kim mua quà kỷ niệm rồi, chứ?

EXERCISE 4:
1. Bãi biển thì quá nóng để mà đi.
2. Bài học thì quá khó để mà học.
3. Đường thì quá xa để mà đi bộ.
4. Món cơm thì quá cay để mà ăn.
5. Quà lưu niệm thì quá đắt để mà mua.
6. Anh thì quá trẻ để mà biết.

DANH MỤC
GLOSSARY

VIETNAMESE–ENGLISH

*The number at the end of each entry is the lesson in this book
the word is introduced in.*

ạ [ạh] Sir, Madam, my friend (*informal*), *polite word* <4>
ai [ah-i] who <6>
A-lô [ah loh] hello (*on the phone*) <6>
an tâm [ah-n tun-m] to be at peace <13>
an toàn [ah-n tor-àh-n] safe <13>
anh [ah-nh] you (*for male*) *pers pron*; brother *n* <1>
anh ấy [ah-nh ún-i] he, him <1>
ăn [at-n] to eat <7>
ăn mừng [at-n mùh-ng] to celebrate <12>
ăn trưa [at-n truh-ah] to eat lunch <7>
ẩm [ủn-m] humid <8>
ấy [ún-i] *northern dialect* that (*see also* **đó** *southern dialect*)
<13>

ba [bah] three <6>; father <13>
ba mươi [bah muh-ur-i] thirty <6>
ba mươi ngàn [bah muh-ur-i ngàh-n] thirty thousand <10>
bác [báh-c] aunt, uncle (*who is older than the speaker's
parents*) <13>
bác-sĩ [báh-c sĩ] doctor <9>
bãi biển [bãh-i bi-ẻh-n] beach <3>
bán [báh-n] to sell <10>
bạn [bạh-n] friend <3>

bàn ăn [bàh-n at-n] dining table <11>
bạn bè [bạh-n bè] friends, *(lit)* "clique of friends" <12>
bạn gái [bạh-n gáh-i] girlfriend <2>
bao giờ [bah-oh zừr] when (*see also* **khi nào**) <8>
(bao) gồm [(bah-oh) gòh-m] to include <5>
bao lâu? [bah-oh lun-u] how long?, how much time? <8>
báo động [báh-oh dọh-ng] to warn <4>
bảo ... rằng [bảh-oh ... ràt-ng] to tell someone that <9>
bay [bay-i] to fly <8>
bắn rơi [bát-n rur-i] to shoot down <13>
băng bó [bat-ng bór] to dress (*a wound*) <9>
băng qua [bat-ng qu-ah] to cross <5>
bằng [bàt-ng] by <4>, as, of <10>
bắt đầu [bát dùn-u] to begin <1>
bắt giam [bát zah-m] to capture and imprison <13>
bận (rộn) [bụn (rọh-n)] busy <12>
bây giờ [bun-i zừr] now <3>
bên [beh-n] beside <13>
bên phải [beh-n fảh-i] right side <5>
bệnh nhân [bẹh-nh nhun] patient <9>
bị [bị] to suffer; *passive voice marker for negative condition* <9>
biết [bi-éh-t] to know <5>
bình phục [bình fụ-c] to recover (*from illness*) <9>
bò [bòr] beef <7>
bố [bóh] *northern dialect* father (*see also* **ba** *southern dialect*)
     <13>
bốn [bóh-n] four <6>
bốn mươi [bóh-n muh-ur-i] forty <13>
bờ [bùr] bank (*of a lake*) <13>
bởi [bửr-i] by <9>
bớt [búr-t] less <7>; to reduce <10>
(buổi) chiều [(bu-ỏh-i) chi-èh-u] afternoon <8>
(buổi) sáng [(bu-ỏh-i) sáh-ng] morning <8>
(buổi) tối [(bu-ỏh-i) tóh-i] evening, night (*before midnight*) <8>
bữa cơm tối [bũh-ah kur-m tóh-i] dinner <9>

Ca-li [kah-li] California <2>
các [káh-c] *plural marker for nouns (see also* **những**) <3>
cách [káh-ck] how; way <10>
cách đây [káh-ck dun-i] ago <9>
cách đi đường [káh-ck di duh-ùr-ng] way to go, directions <5>
cái [káh-i] item, thing *n*; *classifier for things* <10>
cái đợi [káh-i dụr-i] wait *n* <12>
cái gì [káh-i zì] something, anything <12>
cái nào [káh-i nàh-oh] anything <10>
cám ơn [káh-m ur-n] to thank <1>
cảm thấy [kảh-m thún-i] to feel <9>
càng sớm càng tốt [kàh-ng súr-m kàh-ng tóh-t] the sooner the
    better <8>
cánh [káh-nh] wings <12>
cay [kay-i] hot, spicy <7>
căn bản [kat-n bảh-n] primary <11>
cần [kùn] to need <4>
cây sơn [kun-i sur-n] Rhus Succedanea tree <11>
chai nước [chah-i nuh-úr-c] bottle of water <4>
chai rượu [chah-i ruh-ụr-u] bottle of wine <11>
chào [chàh-oh] to greet; hello, good-bye *(at any time of day)* <1>
(chào) mừng [(chàh-oh) mùh-ng] to welcome <1>
chào từ giã [chàh-oh tùh zãh] to say good-bye <13>
chảy máu [chảy-i máh-u] to bleed <9>
chắc chắn [chát-c chát-n] certain <13>
chỉ [chỉ] to tell… how <5>; only <7>
chị [chị] you *(for female) pers pron*; sister *n* <1>
chị ấy [chị ún-i] she, her <2>
chiến tranh [chi-éh-n trah-nh] war <13>
chín [chín] nine <6>
chính [chính] self <12> *(see also* **tự** <10>)
chính tôi [chính toh-i] myself <12>
chịu [chị-u] to accept <10>
cho [chor] to give; for <7>; to let <11>
(cho) đến khi [(chor) déh-n khi] till, until <5>
cho phép [chor fép] may, to allow <5>

chọn [chọr-n] to choose <7>

chóng mặt [chór-ng mạt] dizzy <9>

chỗ [chõh] spot, place <9>

chỗ làm [chõh làh-m] workplace <5>

chợ [chụr] market <5>

chở [chủr] to drive someone/something <9>

chú [chú] paternal uncle (*who is younger than the speaker's parents*) <13>

Chủ nhật [chủ nhụn-t] *northern dialect* Sunday (*see also* **Chúa nhựt** *southern dialect*) <8>

Chúa nhựt [chúh-ah nhụh-t] *southern dialect* Sunday (*see also* **Chủ nhật** *northern dialect*) <8>

chùa Hương [chù-ah huh-ur-ng] Perfume Pagoda <9>

chúc [chú-c] to wish <8>

Chúc may mắn! [chú-c may-i mát-n] Good luck! <5>

chúc mừng [chú-c mùh-ng] to congratulate <12>

chúng cháu [chú-ng cháh-u] we (*as nephew[s], and/or niece[s], and/or grandchild[ren]*) <13>

Chúng ta hãy ... [chú-ng tah hãy-i] Let's ... (*imperative*) <5>

chúng tôi [chú-ng toh-i] we, us <2>

chuyện [chu-i-ẹh-n] matter, story *n* <9>; *classifier for matter, story* <13>

chuyến bay [chu-i-éh-n bay-i] flight <8>

chuyến đi [chu-i-éh-n di] trip <4>

chứ? [chúh] ... isn't that so? or not? *tag question word* <13>

chữ [chũh] word <12>

chứ không [chúh khoh-ng] but not <13>

chưa [chuh-ah] yet, *tag question word*; not yet, *negative answer word* <9>

chương trình [chuh-ur-ng trì–nh] program <8>

có [kór] to have <3>; there is/are <4>

có ... không? [kór khoh-ng] whether/if ... or not? <4>

có lẽ [kór lẽ] might <12>

Có một không hai [kór mọh-t khoh-ng hah-i] There is one, not two (*Viet expression*), unique <11>

có phải ... không? [kór fãh-i khoh-ng] is it right ... or not? <6>

có thể [kór thẻh] can, could <4>; may, might <5>; possible <10>

Có thể nào ... được không? [kór thẻh nàh-oh] (Is it) possible ... (or) not? <10>

có vẻ [kór vẻ] to seem <12>

còn [kòr-n] to have <6>; and, how about, still <7>

cô [koh] paternal aunt (*who is younger than the speaker's parents*) <13>

cố (gắng) [kóh (gát-ng)] to try <10>

cổ truyền [kỏh tru-i-èh-n] tradition; traditional <9>

cốc [kóh-c] *northern dialect* glass (*see also* **ly** *southern dialect*) <7>

công [koh-ng] labor <10>

công nghệ [koh-ng ngẹh] handicraft <11>

công trường [koh-ng truh-ùr-ng] square <5>

cơ quan [kur quah-n] agency <8>

của [kủ-ah] of <1>

của ai [kủ-ah ah-i] whose <6>

của riêng [kủ-ah ri-eh-ng] one's own <12>

cùng [kù-ng] together <6>

cũng [kũ-ng] also <3>

Cung Đình [ku-ng dình] royal <9>

cũng không [kũ-ng khoh-ng] not ... either <10>

cùng lúc [kù-ng lú-c] simultaneously <12>

cũng như [kũng nhuh] as <10>

cuộc đàm thoại [ku-ọh-c dàh-m thor-ạh-i] a chat, conversation <1>

cuộc đời [ku-ọh-c dùr-i] life <13>

cuộc nói chuyện [ku-ọh-c nór-i chu-i-ẹh-n] a chat <3>

cuối cùng [ku-óh-i kù-ng] at the end <9>

cửa hàng [kủh-ah hàh-ng] *northern dialect* shop (*see also* **cửa tiệm** *southern dialect*) <4>

cửa tiệm [kủh-ah ti-ẹh-m] shop <4>

Dạ [zạh] *southern dialect* yes (*see also* **Vâng** *northern dialect*) <2>

danh lam [zah-nh lah-m] landmark <3>

danh sách đợi [dah-nh sáh-ck dụr-i] waiting list <8>
dấu tích [zún-u tí-ck] trace, mark <13>
dễ [zễh] easy <10>
di chuyển [zi chu-i-ểh-n] transportation <8>
dinh Độc Lập [dinh dọh-c lụn-p] Independence Hall <5>
dọc theo [zọr-c the-i-oh] along <5>
dù [zù] umbrella <4>; whether, however <12>
du khách [zu kháh-ck] tourist <3>
du lịch [zu lịck] travel <8>
dùng [zù-ng] to eat <7>; to use <11>
đá [đáh] ice <7>
đã [đãh] already, *adv of time*; *past tense marker* <9>
đại lộ [đạh-i lọh] boulevard <5>
đàm thoại [đàh-m thor-ạh-i] to chat <13>
đang [đah-ng] *tense marker for present continuous* <8>
đáp [đáh-p] to take (*a flight*) <8>
đạt [đạh-t] to get <10>
đạt đến [đạh-t đéh-n] to reach <12>
đặc biệt [đạt-c bi-ệh-t] special <11>
đằng [đàt-ng] direction (*see also* **phía**) <5>
đắt [đát] expensive; much, many <10>
đặt [đạt] to book, to order <8>
đắt khách [đát kháh-ck] (to sell well) to many customers <10>
đâm xuống [đun-m su-óh-ng] to crash down <13>
đâu [đun-u] where <2>
đầu gối [đùn-u góh-i] knee <9>
đầu tiên [đùn-u ti-eh-n] first <12>
đây [đun-i] this; here <2>
Đây cũng vậy [đun-i kũ-ng vụn-i] likewise, *(lit)* "I am so, too."
      <2>
đấy [đún-i] *northern dialect* there (*see also* **đó** *southern*
      dialect) <9>
đem đến cho [đem đéh-n chor] to bring someone something
      <12>
đem theo [đem the-i-oh] to bring along <4>
đem về [đem vèh] to take home (*see also* **mang về**) <13>

đèn giao thông [dèn zah-oh thoh-ng] traffic lights (*see also* **đèn xanh đèn đỏ**) <5>

đèn xanh đèn đỏ [dèn sah-nh dèn dỏr] traffic lights, *(lit)* "green light red light" <5>

đẹp [dẹp] beautiful <3>

để [dẻh] for <6>; in order to <7>

để làm gì? [dẻh làh-m zì] in order to do/make what? <11>

đề nghị [dèh ngị] to suggest <5>

đêm [deh-m] night (*after midnight*) <8>

đến [déh-n] to *prep* <1>; to come <2>; to arrive <9>

đến khi [déh-n khi] till <5>

đến nỗi [déh-n nõh-i] so ... that <9>

đều [dèh-u] all <11>

đi [di] to go <3>

đi bộ [di bọh] to walk <5>

đi dạo [di zạh-oh] to stroll <13>

đi du lịch [di zu lịck] (to go) to travel <1>

Đi đến nơi, về đến chốn! [di déh-n nur-i vèh déh-n chóh-n] Go to your destination, come back to your place! <13>

đi đón [di dór-n] to go to pick up someone <8>

đi đường [di duh-ùr-ng] to travel, *(lit)* "to walk the road" <13>

đi lạc [di lạh-c] (to go) to get lost <5>

đi qua [di qu-ah] to go past <13>

đi thăm [di that-m] to go to visit <3>

đi tham quan [di thah-m qu-ah-n] to go to tour <3>

đi tìm [di tìm] to go to look for <9>

đi xem [di sem] to go to see <3>

địa phương [di-ạh fuh-ur-ng] local <7>

điện thoại [di-ẹh-n thor-ạh-i] telephone <6>

đó [dór] there, over there <5>; that, those <13>

đoàn tụ [dor-àh-n tụ] to reunite <12>

đói [dór-i] hungry <7>

đón [dór-n] to pick up someone <8>; to welcome <12>

đóng cửa [dór-ng kủh-ah] to close the door <6>

độc đáo [dọh-c dáh-oh] unique <11>

đối diện [dóh-i zi-ẹh-n] opposite <5>

đôi khi [doh-i khi] sometimes <12>
đối với [dóh-i vúr-i] for <12>
đông (người) [doh-ng (nguh- ùr-i)] crowded (with people) <3>
đồng [dòh-ng] dong, *Vietnamese currency* <10>
đồng thời [dòh-ng thùr-i] at the same time <12>
đồng ý [dòh-ng í] to agree <8>
đợi [dụr-i] to wait <9>
đúng [dú-ng] correct <3>
đúng không? [dú-ng khoh-ng] is that correct? <3>
đưa [duh-ah] to take someone to some place <7>
đừng [dùh-ng] do not *(imperative)* <5>
được [duh-ụr-c] to have; *passive voice marker for positive
  condition* <9>; possible <10>
được không? [duh-ụr-c khoh-ng] is it possible or not? <10>
được phép [duh-ụr-c fép] may, might <11>
được sinh ra [duh-ụr-c sinh rah] to be born <12>
được thêm [duh-ụr-c theh-m] to gain <12>
được xem [duh-ụr-c sem] to be considered <11>
đương nhiên [duh-ur-ng nhi-eh-n] naturally <10>
đường đi [duh-ùr-ng di] way (*see also* **lối đi**) <5>
đường tắt [duh-ùr-ng tát] shortcut <5>

êm đềm [eh-m dèh-m] serene <13>

gặp [gạt-p] to meet <13>
gần [gùn] near <12>
gần đây [gùn dun-i] nearby <4>
gì [zì] what <1>; something <6>; any, every <7>
gì nữa không? [zì nũh-ah khoh-ng] anything else? <7>
giá [záh] to cost; price <10>
giá bán [záh báh-n] selling price <10>
gia đình [zah dình] family <12>
giá mở hàng [záh mửr hàh-ng] "opening the shop" price <10>
giai đoạn [zah-i dor-ạh-n] process <11>
giải thích [zảh-i thíck] to explain <11>
giản dị [zảh-n zị] simple <10>

giặt [zạt] to wash clothes <10>
giống nhau [zóh-ng nhah-u] alike <11>
giờ [zùr] hour <6>
giới thiệu [zúr-i thi-ẹh-u] to introduce <2>
giúp [zú-p] to help <5>
giữ [zũh] to hold <11>; to keep <12>
gọi [gọr-i] to call (*on the telephone*) <6>; to order food <7>
(gọi) điện thoại [(gọr-i) di-ẹh-n thor-ạh-i] to telephone <6>
gọi là [gọr-i làh] to be called <11>
gồm [gòh-m] to include <5>
gợi hứng [gụr-i húh-ng] to inspire <13>

hai [hah-i] two <6>
hai mươi chín [hah-i muh-ur-i chín] twenty-nine <13>
hai mươi ngàn [hah-i muh-ur-i ngàh-n] twenty thousand <10>
hàng [hàh-ng] material, merchandise <10>
hàng xóm [hàh-ng sór-m] *southern dialect* neighbor (*also see*
    láng giềng *northern dialect*) <12>
hành lý [hàh-nh lí] suitcase <8>
hay [hay-i] interesting, good <6>; or <7>
hân hạnh được gặp ... [hun hạh-nh duh-ụr-c gạt-p] nice to
    meet ... <2>
hiện giờ [hi-ẹh-n zùr] currently <13>
họ [họr] they, them <2>
họ hàng [họr hàh-ng] relative <12>
họa sĩ [họr-ah sĩ] painter, artist <6>
hoàn toàn [hor-àh-n tor-àh-n] completely <9>
học [họr-c] to learn <10>
hỏi [hỏr-i] to ask <4>
hỏi (han) về [hỏr-i (hah-n) vèh] to inquire about <8>
hồ [hòh] lake <13>
Hồ Hoàn Kiếm [hòh hor-àh-n ki-éh-m] the Lake of the
    Restored Sword <13>
Hồ Tây [hòh tun-i] West Lake <13>
hôm nay [hoh-m nay-i] today <5>

hơn [hur-n] rather (*used at the end of the sentence*) <8>; better than, more than *comp adj* <10>

hướng dẫn [huh-úr-ng zũn] to guide <9>

hy vọng [hi vọr-ng] to hope <12>

ít nhất [ít nhún-t] at least <11>

kém [kém] less (*see also* **thiếu**) <10>

kem chống nắng [kem chóh-ng nát-ng] sunscreen lotion <4>

kể cho ... nghe [kẻh chor nge] to tell someone something <9>

khác [kháh-c] different <11>

khác nhau [kháh-c nhah-u] different from each other <11>

khách sạn [kháh-ck sạh-n] hotel <2>

khải hoàn [khảh-i hor-àh-n] triumph <13>

khám phá (ra) [kháh-m fáh (rah)] to discover <4>

khăn [khat-n] scarf <10>

khăn tắm [khat-n tát-m] bath towel <11>

khi [khi] when *rel pron* <13>

khi nào? [khi nàh-oh] when? (*see also* **bao giờ?**) <8>

khó [khór] difficult <12>

khoảng [khor-ảh-ng] about <8>

khoẻ [khor-ẻ] fine, well <2>

khô [khoh] dry <11>

không [khoh-ng] no, not; *question word* <1>; zero <6>

không bao giờ [khoh-ng bah-oh zùr] never <13>

không bừa bãi [khoh-ng bùh-ah bãh-i] *northern dialect* uncluttered (*see also* **không bừa bộn** *southern dialect*) <12>

không bừa bộn [khoh-ng bùh-ah bọh-n] uncluttered <12>

không có [khoh-ng kór] without <7>

Không có chi. [khoh-ng kór chi] You're welcome. <1>

không ... đâu [khoh-ng dun-u] not ... at all <10>

không được [khoh-ng duh-ụr-c] not possible <10>

không được phép [khoh-ng duh-ụr-c fép] may not, must not, not allowed <12>

không kể [khoh-ng kẻh] regardless <12>

không may [khoh-ng may-i] unfortunately <9>

không những ... mà còn [khoh-ng nhũh-ng ... màh kòr-n] not only ... but also <12>

không sao [khoh-ng sah-oh] no problem <10>

không tên [khoh-ng teh-n] nameless <13>

không thể quên được [khoh-ng thẻh queh-n duh-ụr-c] unforgettable <9>

khuyên [khu-i-eh-n] to advise <9>

kia [ki-ah] *northern dialect* that, those, there, over there (*see also* **đó** *southern dialect*) <5>

kiên nhẫn [ki-eh-n nhũn] patient *adj* <10>

kiểu [ki-ẻh-u] style <9>

kính mát [kính máh-t] sunglasses <4>

kinh nghiệm [kinh ngi-ẹh-m] experienced <10>

kỷ niệm [kỉ ni-ẹh-m] memory <13>

kỹ thuật [kĩ thu-ụn-t] technique <11>

là [làh] to be <1>; that <4>

làm [làh-m] to do <3>; to take (*a trip*) <4>

làm bạn [làh-m bạh-n] to make a friend <1>

... làm bằng gì? [làh-m bàt-ng zì] ... made by what (means)? <10>

... làm bằng hàng gì? [làh-m bàt-ng hàh-ng zì] ...made of what (material)? <10>

làm một chuyến đi [làh-m mọh-t chu-i-éh-n di] to take a trip <4>

làm ra [làh-m rah] to make something into <11>

làm việc [làh-m vi-ẹh-c] to work <3>

láng giềng [láh-ng zi-èh-ng] *northern dialect* neighbor (*see also* **hàng xóm** *southern dialect*) <12>

lành [làh-nh] to heal <9>

lau chùi [lah-u chù-i] to clean up <12>

lắm [lát-m] so <3>

lần [lùn] time (*repetition*) <11>

lập lại [lụn-p lạh-i] to repeat <11>

lâu [lun-u] long time <12>

lấy ra [lún-i rah] to take out <11>

leo [le-i-oh] to climb <9>
lịch ta [lịck tah] lunar calendar <12>
lịch trình [lịck trình] itinerary <8>
liên quan [li-eh-n quah-n] to involve <11>
linh hồn tổ tiên [linh hòh-n tỏh ti-eh-n] ancestor's spirits <12>
lo [lor] worry; to worry <4>; to attend to <12>
lối đi [lóh-i di] way *(see also* **đường đi***)* <5>
lụa [lụ-ah] silk <10>
lưỡng lự [luh-ữr-ng lụh] hesitant <5>
ly [li] *southern dialect* glass *(see also* **cốc** *northern dialect)* <7>

mà [màh] that *rel pron* <11>
mài [màh-i] to sand <11>
mang về [mah-ng vèh] to take home *(see also* **đem về***)* <13>
mãng cầu [mãh-ng kùn-u] custard-apple <7>
máy ảnh [máy-i ảh-nh] *northern dialect* camera *(see also* **máy hình** *southern dialect)* <4>
máy bay [máy-i bay-i] airplane <8>
máy hình [máy-i hình] *southern dialect* camera *(see also* **máy ảnh** *northern dialect)* <4>
máy lạnh [máy-i lạh-nh] air-conditioning <4>
may mắn [may-i mát-n] fortune, luck <12>
mất [mún-t] to lose *(time phrase)*; it takes (time) <8>
"… mất bao lâu?" [mún-t bah-oh lun-u] "How long does it take …?" <8>
mấy giờ? [mún-i zùr] what time? *(lit)* "how many hours?" <6>
mềm [mèh-m] soft <10>
mình [mình] we, us *(intimate pers pron)* <4>
mọi người [mọr-i nguh-ùr-i] everyone <12>
món [mór-n] dish *(food); classifier for dish (food)* <7>
món chay [mór-n chay-i] vegetarian dish <7>
món cơm hải sản [mór-n kur-m hảh-i sảh-n] seafood rice dish <7>
món hàng [mór-n hàh-ng] merchandise <10>
món mì xào [mòr-n mì sàh-oh] stir-fried noodle dish <7>

món phở bò/gà [mór-n fử bòr/gàh] pho, beef/chicken noodle
  soup <7>
mỗi [mõh-i] every <9>; each <11>
một [moh-t] one <6>
một chút [moh-t chú-t] a little <1>
một ngàn không trăm bẩy mươi [moh-t ngàh-n khoh-ng
  trat-m bủn-i muh-ur-i] one thousand seventy <13>
một nửa [moh-t nửh-ah] one half <10>
một trăm phần trăm [moh-t trat-m fùn trat-m] one hundred
  percent <10>
(một) vài [(moh-t) vàh-i] a few <4>
mới [múr-i] new <12>
mời [mùr-i] to welcome <7>
mua [mu-ah] to buy <4>
mùa mưa [mù-ah muh-ah] rainy season <8>
mua sắm [mu-ah sát-m] to shop; shopping <10>
mục đích [mu-c díck] purpose <11>
muốn [mu-óh-n] to want <1>
mưa [muh-ah] to rain; rain *n* <8>
mừng [mùh-ng] glad <13>
mười hai [muh-ùr-i hah-i] twelve <6>
mười lăm ngàn [muh-ùr-i lat-m ngàh-n] fifteen thousand <10>
mười một [muh-ùr-i moh-t] eleven <6>

nạn nhân [nah-n nhun] victim <13>
nào [nàh-oh] which, whichever, every (*see also* **gì**) <7>
nào cũng [nàh-oh kũ-ng] all <7>
năm [nat-m] five <6>; year <12>
năm mươi ngàn [nat-m muh-ur-i ngàh-n] fifty thousand <10>
nấu [nún-u] to cook <7>
nên [neh-n] so, therefore, should <4>
nếu [néh-u] if <6>
nếu vậy [néh-u vun-i] if so <13>
ngã [ngãh] to fall <9>
ngã tư [ngãh tuh] four-street intersection <5>
ngại [ngah-i] to be concerned about <3>

ngày [ngày-i] day <8>
ngày mai [ngày-i mah-i] tomorrow <8>
ngay tại [ngay-i tạh-i] exactly at <9>
ngắn [ngát-n] short <8>
nghèo [nghè-i-oh] poor <12>
nghĩ [ngĩ] to think <8>
nghỉ trưa [ngỉ truh-ah] afternoon break <6>
nghĩa [ngĩ-ah] meaning <10>
nghĩa là [ngĩ-ah làh] to mean <11>
ngoại trừ [ngọr-ah-i trùh] except <9>
ngon [ngor-n] delicious <7>
ngồi [ngòh-i] to seat <7>
ngôn ngữ [ngoh-n ngũh] language <12>
ngủ [ngủ] to sleep <8>
người [nguh-ùr-i] people; one *n*; who *rel pron* <9>
người bán [nguh-ùr-i báh-n] merchant <10>
người chủ hàng [nguh-ùr-i chủ hàh-ng]] shop owner <11>
người mua sắm [nguh-ùr-i mu-ah sát-m] shopper <10>
người Mỹ [nguh-ùr-i mĩ] American <3>
người Mỹ gốc Việt [nguh-ùr-i mĩ góh-c vi-ẹh-t] Vietnamese
   American <2>
người ta [nguh-ùr-i tah] people; one *imp pron* <12>
người tiếp bàn [nguh-ùr-i ti-éh-p bàh-n] waiter, waitress <7>
người Việt [nguh-ùr-i vi-ẹh-t] Vietnamese (people) <12>
nhà bếp [nhàh béh-p] kitchen <7>
nhà cửa [nhàh kủh-ah] house (and) door <12>
nhà hàng nổi [nhàh hàh-ng nỏh-i] floating restaurant <9>
nhanh [nhah-nh] quick, soon <8>
nhanh lên! [nhah-nh leh-n] quickly! *(imperative)* <7>
nhẵn [nhãt-n] smooth <11>
nhất [nhún-t] best, most *superlative* <11>
nhau [nhah-u] each other <3>
nhé?/nhá? [nhé/nháh] all right? *tag question word* <13>
nhiều [nhi-èh-u] much, many, plenty of <1>
nhỏ [nhỏr] small <2>
nhỏ nhỏ [nhỏr nhỏr] somewhat small, medium small <11>

nhỏ xíu [nhỏr sí-u] very small <11>
nhóm [nhór-m] group <9>
như [nhuh] like <9>, as … as <10>
(như) thế nào [(nhuh) théh nàh-oh] how <8>
như vậy [nhuh vụn-i] as such <11>
nhựa [nhụh-ah] sap <11>
nhưng [nhuh-ng] but <2>
những [nhũh-ng] *plural marker for nouns (see also* **các***)* <3>
nó [nór] it <2>
Nó giá bao nhiêu (tiền)? [nór záh bah-oh nhi-eh-u (ti-èh-n)]
   How much does it cost? *(lit)* "It costs how much (money)?"
   <10>
nói [nór-i] to speak <1>, to chat <3>
nói thách [nór-i tháh-ck]] to overprice *(an item)* <10>
nói với … rằng [nór-i vúr-i … ràt-ng] to tell someone that <3>
nóng [nór-ng] hot <4>
Nội thành [nọh-i thành-nh] the Citadel <9>
nổi tiếng [nỏh-i ti-éh-ng] renowned <11>, famous <13>
nợ (nần) [nụr (nùn)] debt <12>
nơi [nur-i] where *rel pron* <9>
nơi nào [nur-i nàh-oh] where *rel pron for interrogative*
   sentence <4>
núi [nú-i] mountain <9>
nữa [nũh-ah] too <9>; another <13>
nữa thôi [nũh-ah thoh-i] … more … and that's all. <7>
nước [nuh-úr-c] water *n*; *classifer for liquid* <7>; country *n*;
   classifier for country <13>
nước biển [nuh-úr-c bi-ẻh-n] fluids used in intravenous drip,
   (lit) "sea water" <9>
nước mía [nuh-úr-c mí-ah] sugar-cane juice <7>
nước sinh tố [nuh-úr-c sinh tóh] smoothie <7>
Nữu Ước [nũh-u uh-úr-c] New York <2>

ở [ủr] in, at <1>; to stay <2>
ở chỗ làm [ủr chõh làh-m] at workplace <5>
ở đâu [ủr dun-u] where, wherever <4>

ở đây [ửr dun-i] over here <2>
ở đấy [ửr dún-i] *northern dialect* there, over there (*see also* **ở**
    đó *southern dialect*) <4>
ở đó [dór] there, over there <4>
ông [oh-ng] you (*for middle aged or old male*) <5>
ông ấy [oh-ng ún-i] he, him (*for middle aged or old male*) <13>

phải [fảh-i] right <3>; to have to <8>, must <12>
phải chi [fải chi] if *conjunctive used in subjunctive mood* <13>
phải không? [fảh-i khoh-ng] is that right? <3>
phi công [fi koh-ng] pilot <13>
phi trường [fi truh-ùr-ng] airport <8>
phía [fí-ah] direction (*see also* **đằng**) <5>
phòng tắm [fòr-ng tát-m] bathroom <11>
phòng tranh [fòr-ng trah-nh] art gallery, *(lit)* "room (of)
    paintings" <6>
phong tục [for-ng tụ-c] custom, tradition <12>
phở [fửr] Vietnamese noodle soup <7>
phủ [fủ] to coat <11>
phụ nữ [fụ nũh] woman <4>
phục vụ [fụ-c vụ] to serve <9>
phút [fú-t] minute <7>
phương tiện [fuh-ur-ng ti-ẹh-n] means of <8>

quá [qu-áh] so <7>; too <10>
quá ... để mà [qu-áh ... dẻh màh] too ... to <13>
quà lưu niệm [qu-àh luh-u ni-ẹh-m] souvenir gift <11>
quán ăn [quáh-n at-n] bistro <7>
quan trọng [quah-n trọr-ng] important <12>
quẹo [quẹ-i-oh] *southern dialect* to turn (*see also* **rẽ** *northern
    dialect*) <5>
quên [queh-n] to forget <12>
Quốc Tử Giám [ku-óh-c tửh záh-m] School of the Sons of the
    Nation <13>
quyết định [qui-éh-t dịnh] to decide <4>

rách [ráh-ck] be torn <9>
rằng [ràt-ng] that <3>
rất [rún-t] very <1>
rau thơm [rah-u thur-m] herbs for pho (*cilantro, mint, sweet
basil, etc.*) <7>
rẻ [rẻ] cheap <10>
rẽ [rẽ] *northern dialect* to turn (*see also* **quẹo** *southern dialect*)
<5>
rồi [ròh-i] already <6>
rời [rùr-i] to leave <8>
rủ [rủ] to invite (*informal*) <6>

sạch (sẽ) [sạh-ck (sẽ)] clean <2>
sản phẩm [sảh-n fửn-m] product <11>
sao? [sah-oh] really? *tag question word* <13>
sắp đặt [sát-p dạt] to arrange <8>
sau đó [sah-u dór] afterwards <5>
sáu mươi tuổi [sáh-u muh-ur-i tu-ỏh-i] sixty years old <12>
say nắng [say-i nát-ng] to have heatstroke, *(lit)* "to be drunk
from the sunshine" <9>
sẽ [sẽ] will, shall, *tense marker for future* <8>
sinh nhật [sinh nhụn-t] birthday <12>
số [sóh] digit, number; *classifier for number* <6>
số điện thoại [sóh di-ẹh-n thor-ạh-i] telephone number <6>
số mấy? [sóh mún-i] what number? <6>
sống [sóh-ng] to live <1>
sơn [sur-n] lacquer <11>
sơn mài [sur-n mày-i] lacquer ware <11>
sự giúp đỡ [sụh zú-p dữr] help <8>
sự lợi nhuận [sụh lụr-i nhu-ụn] profit <10>

tách [táh-ck] cup <7>
tai nạn [tah-i nạh-n] accident <9>
tại sao [tạh-i sah-oh] why <9>
(tại) vì [(tạh-i) vì] because <9>
tám [táh-m] eight <6>

tay [tay-i] hand(s) <10>
tặng [tạt-ng] to give away (*a gift*) <10>
tất cả đều [tún-t kảh dèh-u] all <7>
tên [teh-n] name <1>
tết [téh-t] festival <12>
Tết Nguyên Đán [téh-t ngu-i-eh-n dáh-n] New Year Festival
    <12>
tháng [tháh-ng] month <8>
thành phố [thàh-nh fóh] city <3>
tháp tùng [tháh-p tù-ng] to accompany <9>
thay vì [thay-i vì] instead of <12>
thăm [that-m] to visit <2>
thẳng [thảt-ng] straight <5>
thấp kém [thún-p kém] inferior, *(lit)* "low and less" <10>
thật [thụn-t] truly <11>
thật vậy [thụn-t vụn-i] indeed <11>
thấy [thún-i] to see <5>
theo [the-i-oh] according to <8>; to follow <12>
thế [théh] if so, so <10>
thế nào [théh nàh-oh] what <8>; how <9>
thêm ... nữa [theh-m nũh-ah] more, extra <7>
thì [thì] to be <2>
thí dụ [thí zụ] example <11>
thích [thíck] to like <2>
thiếu [thi-éh-u] less (*see also* **kém**) <10>
thiếu nước [thi-éh-u nuh-úr-c] dehydrated <9>
thịnh hành [thịnh hàh-nh] popular <10>
thôi [thoh-i] no more than, no longer than <10>
thôi được [thoh-i duh-ụr-c] all right <10>
thơ ca [thur kah] poems (and) songs <13>
thời gian [thùr-i zah-n] time <6>
thời tiết [thùr-i ti-éh-t] weather <8>
thuận mua, vừa bán [thu-ụn mu-ah vùh-ah báh-n] agree to
    buy, suit to sell <10>
thuốc chống nhiễm trùng [thu-óh-c chóh-ng nhi-ẽh-m trù-ng]
    antibiotic medicine <9>

thử [thủh] to try (*food*) <7>
thứ Ba [thúh bah] Tuesday <8>
thứ mấy [thúh mún-i] what day <8>
thứ Sáu [thúh sáh-u] Friday <8>
thứ Tư [thúh tuh] Wednesday <8>
thưa [thuh-ah] to humbly reply; *polite word used at the beginning of a sentence* <4>
thức ăn [thúh-c at-n] food <7>
thường [thuh-ùr-ng] often <6>
thượng nghị sĩ [thuh-ụr-ng ngị sĩ] senator <13>
tiện nghi [ti-ẹh-n ngi] convenient <2>
tiếng Anh [ti-éh-ng ah-nh] English language <1>
tiếng Việt [ti-éh-ng vi-ẹh-t] Vietnamese language <1>
tiếp khách [ti-éh-p kháh-ck] to receive and entertain guest(s) <12>
tiêu cực [ti-eh-u kụh-c] negative <12>
tiêu khiển [ti-eh-u khi-ẻh-n] to entertain <9>
tìm được [tìm duh-ụr-c] to find <13>
tin rằng [tin ràt-ng] to believe that <12>
tính [tính] to count <12>
tính cách [tính káh-ck] way <11>
to [tor] big <7>
toà Thị sảnh [tor-àh thị sảh-nh] City Hall <5>
tô [toh] bowl <7>
tôi [toh-i] I, me <1>
tối [tóh-i] evening, night (*before midnight*) <8>
tốt [tóh-t] good, great <8>
trà [tràh] tea <7>
trả [trảh] to pay <10>
trả giá [trảh záh] to bargain <10>
trái [tráh-i] left <5>
trái cây [tráh-i kun-i] fruit <4>
trạm y-tế [trạh-m i-téh] medical station <9>
trang trí [trah-ng trí] to decorate <11>
trẻ [trẻ] young <13>
trên [treh-n] on <8>

trong [tror-ng] in (*place*) <5>; on (*a list*) <8>
trong khi [tror-ng khi] while <5>
trong khi đó [tror-ng khi dór] meanwhile <4>
trong nhà [tror-ng nhàh] in the house (*interior*) <11>
trở thành [trủr thàh-nh] to become <9>
trớ trêu [trúr treh-u] irony <9>
trời [trùr-i] the sky; *equivalent to "it" when referring to the weather and climate* <8>
trường [truh-ùr-ng] school *n; classifier for school* <13>
Trường Đại Học [truh-ùr-ng dạh-i họr-c] university <13>
tù binh chiến tranh [tù binh chi-éh-n trah-nh] prisoner of war <13>
tuổi [tu-ỏh-i] age <12>
từ [tùh] from <2>; since (*the time*) <13>
tự [tụh] self <10> (*see also* **chính** <12>)
tự chị ấy [tụh chị ún-i] herself <10>
tượng trưng [tuh-ụr-ng truh-ng] to represent <11>
tương tự [tuh-ur-ng tụh] similar <10>

ủ [ủ] to cover <11>
ủi [ủ-i] to iron <10>
uống [u-óh-ng] to drink <7>
uống thuốc [u-óh-ng thu-óh-c] to take medicine, *(lit)* "to drink medicine" <9>
ước [uh-úr-c] to wish <13>

và [vàh] and <1>
vải [vảh-i] cloth <11>
vào [vàh-oh] to come in <7>; on (*dates*), in (*period of a day*) <8>
văn hoá [vat-n hor-áh] culture <11>
Văn Miếu [vut-n mi-éh-u] Temple of Literature <13>
vẫn [vũn] still <9>
Vâng [vun-ng] *northern dialect* yes (*see also* **Dạ** *southern dialect*) <2>
vật [vụn-t] item, thing <11>

vật liệu [vụn-t li-ẹh-u] material <11>
vé bay [vé bay-i] flight ticket <8>
vẻ đẹp [vẻ dẹp] beauty <13>
về [vèh] about <9>
về (lại) [vèh (lạh-i)] to come back <8>
về nhà [vèh nhàh] to come home <12>
vết thương [véh-t thuh-ur-ng] wound <9>
vì [vì] because <5>; since (*reason*) <8>; for <11>; as (*reason*) <12>
việc [vi-ẹh-c] matter, work *n*; classifier for matter, work <11>
việc làm [vi-ẹh-c làh-m] task, work <10>
việc thiện [vi-ẹh-c thi-ẹh-n] charity work <12>
viện Bảo tàng [vi-ẹh-n bảh-oh tàh-ng] museum <5>
vịnh Hạ Long [vịnh hạh lor-ng] Ha Long Bay <9>
vô số [voh sóh] countless <13>
với [vúr-i] with <1>
vũ công [vũ koh-ng] dancer <9>
vui chơi [vu-i chur-i] fun (and) entertainment <12>
vui lòng [vu-i lòr-ng] to be pleased <5>
vui (vẻ) [vu-i (vẻ)] happy <8>
vùng bờ biển [vù-ng bùr bi-ẻh-n] coast <9>

xa [sah] far <5>
xấu [sún-u] bad <12>
xấu số [sún-u sóh] ill-fated <13>
xây dựng [sun-i zụh-ng] to build <13>
xây dựng lại [sun-i zụh-ng lạh-i] to rebuild <13>
xẩy ra [sẩn-i rah] to happen <9>
xe buýt [se bu-ít] bus <4>
xe lửa [se lủh-ah] train <8>
xe tắc-xi [se tát-c si] taxi <4>
xếp [séh-p] to pack (*suitcase*) <8>
xin [sin] please <5>
xin đừng … [sin dùh-ng] please don't … (*imperative*) <10>
xin lỗi [sin lõh-i] excuse me <5>
xỉu [sỉ-u] to faint <9>

xong (rồi) [sor-ng (ròh-i)] then <11>

ý [í] idea <6>
y như [i nhuh] exactly as <8>
yêu (thích) [i-eh-u (thíck)] to love <7>
yêu cầu [i-eh-u kùn-u] to ask for something <8>, to request <9>

GLOSSARY
DANH MỤC

ENGLISH-VIETNAMESE

*The number with each Vietnamese translation is the lesson
number in this book the word is introduced in.*

a few (một) vài <4>
a little một chút <1>
about khoảng <8>; về <9>
accept chịu <10>
accident tai nạn <9>
accompany tháp tùng <9>
according to theo <8>
advise khuyên <9>
afternoon (buổi) chiều <8>
afternoon break nghỉ trưa <6>
afterwards sau đó <5>
age tuổi <12>
agency cơ quan <8>
ago cách đây <9>
agree đồng ý <8>
agree to buy, suit to sell thuận mua, vừa bán <10>
air-conditioning máy lạnh <4>
airplane máy bay <8>
airport phi trường <8>
alike giống nhau <11>

all nào cũng, tất cả … đều <7>; đều <11>
all right thôi được <10>; nhé?, nhá? *tag question words* <13>
allow cho (phép) <5>
along dọc theo <5>
already rồi <6>; đã *adv of time*; *past tense marker* <9>
also cũng <3>
American người Mỹ <3>
ancestor's spirits tổ tiên <12>
and và <1> còn <7>
another nữa <13>
antibiotic medicine thuốc chống nhiễm trùng <9>
any gì <7> cái nào <10>
anything else? gì nữa không? <7>
arrange sắp đặt <8>
arrive đến <9>
art gallery phòng tranh, *(lit)* "room (of) paintings" <6>
as bằng, như, cũng như <10>; vì <12>
as … as như *comp adj* <10>
as such như vậy <11>
ask hỏi <4>
ask for something yêu cầu <8>
at ở <1>
at least ít nhất <11>
at the end cuối cùng <9>
at the same time đồng thời <12>
at the workplace ở chỗ làm <5>
attend to lo <12>
aunt (*paternal aunt who is younger than your parents*) cô <13>; (*who is older than your parents*) bác <13>

bad xấu <12>
bank (*of a lake*) bờ (*hồ*) <13>
bargain trả giá <10>
bath towel khăn tắm <11>
bathroom phòng tắm <11>
be là <1>, thì <2>

be at peace an tâm <13>
be born được sinh ra <12>
be called gọi là <11>
be concerned about ngại <3>
be considered được xem <11>
be pleased vui lòng <5>
be torn rách <9>
beach bãi biển <3>
beautiful đẹp <3>
beauty vẻ đẹp <13>
because vì <5>, (tại) vì <9>
become trở thành <9>
beef bò <7>
begin bắt đầu <1>
believe that tin rằng <12>
beside bên <13>
best nhất, hơn hết *superlative* <11>
better than hơn *comp adj* <10>
big to <7>
birthday sinh nhật <12>
bistro quán ăn <7>
bleed chảy máu <9>
book *v* đặt <8>
bottle of water chai nước <4>
bottle of wine chai rượu <11>
boulevard đại lộ <5>
bowl tô <7>
bring along đem theo <4>
bring someone something đem đến cho <12>
build xây dựng <13>
bus xe buýt <4>
busy bận (rộn) <12>
but nhưng <2>
but not chứ không <13>
buy mua <4>
by bằng <4>, bởi <9>

California Ca-li <2>
call (*on the telephone***)** gọi <6>
camera máy ảnh/<u>hình</u> <4>
can, could có thể <4>
capture and imprison bắt giam <13>
celebrate ăn mừng <12>
certain chắc chắn <13>
charity work việc thiện <12>
chat cuộc nói chuyện *n* <3>; đàm thoại *v* <13>
cheap rẻ <10>
choose chọn <7>
Citadel Nội thành <9>
city thành phố <3>
City Hall toà Thị sảnh <5>
clean sạch (sẽ) *adj* <2>
clean up lau chùi <12>
climb leo <9>
close the door đóng cửa <6>
cloth vải <11>
coast vùng bờ biển <9>
coat phủ <11>
come đến <2>
come back về (lại) <8>
come home về nhà <12>
come in vào <7>
completely hoàn toàn <9>
congratulate chúc mừng <12>
convenient tiện nghi <2>
conversation cuộc đàm thoại <1>
cook nấu <7>
correct đúng <3>
cost giá <10>
cost(s) how much (money)? giá bao nhiêu (tiền)? <10>
count tính <12>
countless vô số <13>
country nước *n, classifier for country* <13>

cover ủ <11>
crash down đâm xuống <13>
cross băng qua <5>
crowded (*with people*) đông (*người*) <3>
culture văn hoá <11>
cup tách <7>
currently hiện giờ <13>
custard-apple mãng cầu <7>
custom phong tục <12>

dancer vũ công <9>
day ngày <8>
debt nợ (nần) <12>
decide quyết định <4>
decorate trang trí <11>
dehydrated thiếu nước <9>
delicious ngon <7>
different khác <11>
different from each other khác nhau <11>
difficult khó <12>
digit số *n, classifier for number* <6>
dining table bàn ăn <11>
dinner bữa cơm tối <9>
direction đằng, phía <5>
directions cách đi đường <5>
discover khám phá (ra) <4>
dish (*food*) món <7>
dizzy chóng mặt <9>
do làm <3>
do not không, đừng *imperative* <5>
doctor bác-sĩ <9>
dong đồng, *Vietnamese currency* <10>
dress (*a wound*) băng bó <9>
drink uống <7>
drive someone or something chở <9>
dry khô <11>

each mỗi <11>
each other nhau <3>
easy dễ <10>
eat ăn, dùng <7>
eat lunch ăn trưa <7>
eight tám <6>
eleven mười một <6>
English language tiếng Anh <1>
entertain tiêu khiển <9>
evening (buổi) tối <8>
every nào/gì <7>, mỗi <9>
everyone mọi người <12>
exactly as y như <8>
exactly at ngay tại <9>
example thí dụ <11>
except ngoại trừ <9>
Excuse me Xin lỗi <5>
expensive đắt <10>
experienced kinh nghiệm <10>
explain giải thích <11>
extra thêm … nữa <7>

faint xỉu <9>
fall ngã <9>
family gia đình <12
famous nổi tiếng <13>
far xa <5>
father <u>bố</u>/<u>ba</u> <13>
feel cảm thấy <9>
festival tết <12>
fifteen thousand mười lăm ngàn <10>
fifty thousand năm mươi ngàn <10>
find tìm được <13>
fine khoẻ <2>
first đầu tiên <12>
five năm <6>

flight chuyến bay <8>
flight ticket vé bay <8>
floating restaurant nhà hàng nổi <9>
fluids used in an intravenous drip nước biển, *(lit)* "sea water" <9>
fly bay *v* <8>
follow theo <12>
food thức ăn <7>
for để <6>, cho <7>, vì <11>, đối với <12>
forget quên <12>
fortune may mắn <12>
forty bốn mươi <13>
four bốn <6>
four-street intersection ngã tư <5>
Friday thứ Sáu <8>
friend bạn <3>
friends bạn bè, *(lit)* "clique of friends" <12>
from từ <2>
fruit trái cây <4>
fun (and) entertainment vui chơi <12>

gain được thêm <12>
get đạt <10>
get lost (đi) lạc <5>
girlfriend bạn gái <2>
give cho <7>
give away (*a gift*) tặng (*quà*) <10>
glad mừng <13>
glass cốc/ly <7>
go đi <3>
go past đi qua <13>
go to buy đi mua <4>
go to look for đi tìm <9>
go to pick up someone đi đón <8>
go to see đi xem <3>
go to tour đi tham quan <3>

go to travel đi du lịch <1>
go to visit đi thăm <3>
Go to your destination, comeback to your place! Đi đến nơi, về đến chốn! <13>
good hay <6>, tốt <8>
Good luck! Chúc may mắn! <5>
good-bye chào (*at any time of day*) <1>
great tốt <8>
greet chào (*at any time of day*) <1>
group nhóm <9>
guide hướng dẫn <9>

Ha Long Bay vịnh Hạ Long <9>
hand(s) tay <10>
handicraft công nghệ <11>
happen xảy ra <9>
happy vui vẻ <8>
have có <3> còn <6> được <9>
have heatstroke say nắng, *(lit)* "to be drunk from the sunshine" <9>
have to phải <8>
he anh ấy <1>, ông ấy <13>
heal lành <9>
hello chào (*at any time of day*) <1>; (*on the phone*) A-lô <6>
help giúp *v* <5>; sự giúp đỡ *n* <8>
her chị ấy <2>
herbs for pho (*cilantro, mint, sweet basil, etc.*) rau thơm <7>
here đây <2>
herself tự chị ấy <10>
hesitant lưỡng lự <5>
him anh ấy <1>, ông ấy (*middle aged or old male*) <13>
hold giữ <11>
hope hy vọng <12>
hot nóng <4>; (*spicy*) cay <7>
hotel khách sạn <2>
hour giờ <6>

house (and) door nhà cửa <12>
how như thế nào <8>, thế nào <9>, cách <10>
how about còn <7>
how long does it take ...? ... mất bao lâu? <8>
how long, how much time bao lâu <8>
how many hours? mấy giờ <6>
How much does it cost? Nó giá bao nhiêu (tiền)? <10>
however dù <12>
humbly reply thưa *(polite word, used at the beginning of a sentence)* <4>
humid ẩm <8>
hungry đói <7>

I tôi <1>
ice đá <7>
idea ý <6>
if nếu <6>; **(wish)** phải chi *conjunctive used in subjunctive mood* <13>
if so nếu vậy <13>
if so, so thế <10>
ill-fated xấu số <13>
important quan trọng <12>
in ở <1>, trong <5>, *(period of a day)* vào <8>
in order to để <7>
in order to do/make what? để làm gì? <11>
in the house (*interior*) trong nhà <11>
include gồm <5>
indeed thật vậy <11>
Independence Hall dinh Độc Lập <5>
inferior thấp kém, *(lit)* "low and less" <10>
inquire about hỏi (han) về <8>
inspire gợi hứng <13>
instead of thay vì <12>
interesting hay <6>
introduce giới thiệu <2>
invite rủ *(informal)* <6>

involve liên quan <11>
iron ủi <10>
irony trớ trêu <9>
is it possible or not? được không? <10>
is it right ... or not? có phải ... không? <6>
isn't that so? chứ? *tag question word* <13>
is that correct? đúng không? <3>
is that right? phải không? <3>
it nó <2>; (*for weather, climate*) trời <8>
it takes (*length of time*) ... mất ... <8>
item cái *n, classifier for things* <10>; vật <11>
itinerary lịch trình <8>

keep giữ <12>
kitchen nhà bếp <7>
knee đầu gối <9>
know biết <5>

labor công <10>
lacquer sơn <11>
lacquer ware sơn mài <11>
lake hồ <13>
Lake of the Restored Sword Hồ Hoàn Kiếm <13>
landmark danh lam <3>
language ngôn ngữ <12>
learn học <10>
leave rời <8>
left trái <5>
less bớt <7>; thiếu, kém <10>
let cho <11>
Let's ... Chúng ta hãy ... <5>
life cuộc đời <13>
like thích *v* <2>; như *prep* <9>
likewise đây cũng vậy <2>
live sống <1>
local địa phương <7>

long time lâu <12>
love yêu (thích) <7>
luck may mắn <12>
lunar calendar lịch ta <12>

madam ạ *(polite word, used at the end of a sentence)* <4>
made by what (means)? ...làm bằng gì? <10>
made of what (material)? ... làm bằng hàng gì? <10>
make a friend làm bạn <1>
make something into làm ra <11>
many đắt <10>, nhiều <1>
market chợ <5>
material hàng <10>; vật liệu <11>
matter *(story)* chuyện <9>; việc <11>
may cho phép, được phép <5>; được phép <11>; *(possibility)* có lẽ <12>
may not không được phép <12>
me tôi <1>
mean nghĩa là *v* <11>
meaning nghĩa <10>
means of phương tiện <8>
meanwhile trong khi đó <4>
medical station trạm y-tế <9>
medium small nhỏ nhỏ <11>
meet gặp <13>
memory kỷ niệm <13>
merchandise (món) hàng <10>
merchant người bán <10>
might được phép <11>; *(possibility)* có lẽ <12>
minute phút <7>
month tháng <8>
... more... and that's all. ... nữa thôi. <7>
more than hơn *comp adj* <10>
more thêm ... nữa <7>
morning (buổi) sáng <8>
mountain núi <9>

much nhiều <1>, đắt <10>
museum viện Bảo tàng <5>
must phải <12>
myself chính, tự tôi <12>

name tên <1>
nameless không tên <13>
naturally đương nhiên <10>
near gần <12>
nearby gần đây <4>
need cần <4>
negative tiêu cực <12>
neighbor láng giềng/hàng xóm <12>
never không bao giờ <13>
new mới <12>
New Year Festival Tết Nguyên Đán <12>
New York Nữu Ước <2>
nice to meet … hân hạnh được gặp … <2>
night (*after midnight*) đêm <8>; (*before midnight*) tối <8>
nine chín <6>
no không <1>
no longer than thôi <10>
no more than thôi <10>
no problem không sao <10>
not không <1>
not … at all không … đâu <10>
not … either cũng không <10>
not only … but also không những … mà còn <12>
not possible không được <10>
not yet chưa *negative answer word* <9>
now bây giờ <3>
number số *n, classifier for number* <6>

of của <1>, bằng <10>
often thường <6>
on (*for places*) trên, (*for dates*) vào, (*for list*) trong <8>

one một <6>
one half một nửa <10>
one hundred percent một trăm phần trăm <10>
one thousand seventy một ngàn không trăm bảy mươi <13>
one's own của riêng <12>
only chỉ <7>
"opening the shop" price giá mở hàng <10>
opposite đối diện <5>
or hay <7>
or not? chứ? *tag question word* <13>
order food gọi <7>
over here (ở) đây <2>
over there (ở) kia <5>
overprice one's merchandise nói thách <10>

pack xếp <8>
painter họa sĩ <6>
passive voice marker for negative condition bị <9>
passive voice marker for positive condition được <9>
patient bệnh nhân *n* <9>; kiên nhẫn *adj* <10>
pay trả <10>
people người *n* <9>; người ta, one *imp pron* <12>
Perfume Pagoda chùa Hương <9>
pho (*Vietnamese beef/chicken noodle soup*) món phở bò/gà
    <7>
pick up someone đón <8>
pilot phi công <13>
place chỗ <9>
please xin <5>
please don't … xin đừng … *(imperative)* <10>
plenty of nhiều <1>
plural markers for nouns những/các <3>
poems (and) songs thơ ca <13>
poor nghèo <12>
popular thịnh hành <10>
possible có thể, được <10>

price giá <10>
primary căn bản <11>
prisoner of war tù binh chiến tranh <13>
process giai đoạn <11>
product sản phẩm <11>
profit sự lợi nhuận <10>
program chương trình <8>
purpose mục đích <11>

quick nhanh <8>
quickly! nhanh lên! *(imperative)* <7>

rain mưa <8>
rainy season mùa mưa <8>
rather hơn *(used at the end of a sentence)* <8>
reach đạt đến <12>
really? sao? *tag question word* <13>
rebuild xây dựng lại <13>
receive and entertain guest(s) tiếp khách <12>
recover (*from illness*) bình phục <9>
reduce bớt <10>
regardless không kể <12>
relative họ hàng <12>
renowned nổi tiếng <11>
repeat lập lại <11>
reply (humbly) thưa *(for polite form of an answer)* <4>
represent tượng trưng <11>
request yêu cầu <9>
reunite đoàn tụ <12>
Rhus Succedanea tree cây sơn <11>
right phải <3>
right side bên phải <5>
royal Cung Đình <9>

safe an toàn <13>
sand mài *v* <11>

sap nhựa <11>
say good-bye chào từ giã <13>
scarf khăn <10>
school trường *n, classifier for school* <13>
School of the Sons of the Nation Quốc Tử Giám <13>
seafood rice dish món cơm hải sản <7>
seat ngồi <7>
see thấy <5>
seem có vẻ <12>
self tự <10>; tự, chính <12>
sell bán <10>
sell well to many customers bán đắt khách <10>
selling price giá bán <10>
senator thượng nghị sĩ <13>
serene êm đềm <13>
serve phục vụ <9>
shall sẽ, *tense marker for future* <8>
she chị ấy <2>
shoot down bắn rơi <13>
shop cửa <u>hàng</u>/<u>tiệm</u> *n* <4>; mua sắm *v* <10>
shop owner người chủ hàng <11>
shopper người mua sắm <10>
shopping mua sắm <10>
short ngắn <8>
shortcut đường tắt <5>
should nên <4>
silk lụa <10>
similar tương tự <10>
simple giản dị <10>
simultaneously cùng lúc <12>
since (*reason*) vì <8>; (*time*) từ <13>
sir ạ *(polite word, used at the end of a sentence)* <4>
sixty years old sáu mươi tuổi <12>
sky trời <8>
sleep ngủ <8>
small nhỏ <2>

smooth nhẵn <11>
smoothie nước sinh tố <7>
so lắm <3>; nên <4>; quá <7>
so ... that đến nỗi <9>
soft mềm <10>
something gì <6>, cái gì <12>
sometimes đôi khi <12>
somewhat small nhỏ nhỏ <11>
soon nhanh <8>
souvenir gift quà lưu niệm <11>
speak nói <1>
special đặc biệt <11>
spicy cay <7>
spot (*place*) chỗ <9>
square công trường <5>
stay ở <2>
still còn <7> vẫn <9>
stir-fried noodle dish món mì xào <7>
story chuyện *n, classifier for matter, story* <13>
straight thẳng <5>
stroll đi dạo <13>
style kiểu <9>
suffer bị *passive voice marker for negative condition* <9>
sugar-cane juice nước mía <7>
suggest đề nghị <5>
suitcase hành lý <8>
Sunday Chủ nhật/Chúa nhựt <8>
sunglasses kính mát <4>
sunscreen lotion kem chống nắng <4>

take a flight đáp một chuyến bay <8>
take a trip làm một chuyến đi <4>
take home đem/mang về <13>
take medicine uống thuốc, (*lit*) "to drink medicine" <9>
take out lấy ra <11>
take someone to someplace đưa <7>

task việc làm <10>
taxi xe tắc-xi <4>
tea trà <7>
technique kỹ thuật <11>
telephone (gọi) điện thoại *v* <6>
telephone number số điện thoại <6>
tell chỉ <5>
tell someone something kể cho ... nghe <9>
tell someone that ... nói với ... rằng <3>; bảo ... rằng <9>
Temple of Literature Văn Miếu <13>
tense marker for present continuous đang <8>
thank cám ơn <1>
that rằng <3>; là <4>; kia/đó <5>; mà *rel pron* <11>; ấy/đó <13>
the sooner the better càng sớm càng tốt <8>
them họ <2>
then xong (rồi) <11>
there (ở) đấy/đó <9>
there is/are có <4>
There is one, not two (unique) *(lit)* "Có một không hai" (*Viet expression*) <11>
therefore nên <4>
they họ <2>
thing cái *n, classifier for things* <10>; vật <11>
think nghĩ <8>
thirty ba mươi <6>
thirty thousand ba mươi ngàn <10>
this đây <2>
those kia/đó <5>
three ba <6>
till đến khi <5>
time thời gian <6>
times (*repetition*) lần <11>
to đến *prep* <1>
today hôm nay <5>
together cùng <6>

tomorrow ngày mai <8>
too nữa <9>, quá <10>
too … to quá … để mà <13>
tourist du khách <3>
trace dấu tích <13>
tradition cổ truyền <9>, phong tục <12>
traffic lights đèn giao thông, đèn xanh đèn đỏ <5>
train xe lửa <8>
transportation di chuyển <8>
travel đi du lịch *v* <1>; du lịch *n* <8>; đi đường *v* <13>
trip chuyến đi <4>
triumph khải hoàn <13>
truly thật <11>
try (*food*) thử <7>; cố (gắng) <10>
Tuesday thứ Ba <8>
turn rẽ/quẹo <5>
twelve mười hai <6>
twenty thousand hai mươi ngàn <10>
twenty-nine hai mươi chín <13>
two hai <6>

umbrella dù <4>
uncle (*paternal uncle who is younger than your parents*) chú
    <13>, (*who is older than your parents*) bác <13>
uncluttered không bừa bãi/bộn <12>
unforgettable không thể quên được <9>
unfortunately không may <9>
unique độc đáo <11>
university trường Đại Học <13>
until (cho) đến khi <5>
us chúng tôi <2>
use dùng <11>

vegetarian dish món chay <7>
very rất <1>
very small nhỏ xíu <11>

victim nạn nhân <13>
Vietnamese American người Mỹ gốc Việt <2>
Vietnamese language tiếng Việt <1>
Vietnamese noodle soup phở <7>
Vietnamese (people) người Việt <12>
visit thăm <2>

wait đợi *v* <9>; cái đợi *n* <12>
waiter, waitress người tiếp bàn <7>
waiting list danh sách đợi <8>
walk đi bộ *v* <5>
want muốn <1>
war chiến tranh <13>
warn báo động <4>
wash clothes giặt <10>
water nước *n, classifier for country* <3>; *classifier for liquid*
    <7>
way đường/lối đi <5>; cách <10>; tính cách <11>
way to go cách đi đường <5>
we chúng tôi <2>, mình *intimate pers pron* <4>, (*when the*
    speakers are nephew[s], and/or niece[s], and/or grand-
    child[ren]) chúng cháu <13>
weather thời tiết <8>
Wednesday thứ Tư <8>
welcome (chào) mừng <1>; mời <7>; đón <12>
well khoẻ <2>
West Lake Hồ Tây <13>
what gì <1>, thế nào <8>
what day? thứ mấy? <8>
what number? số mấy? <6>
what time? mấy giờ <6>
when bao giờ, khi nào *question words* <8>; khi *rel pron* <13>
where đâu *question word* <2>; nơi nào *rel pron for interrorga-*
    tive sentence <4>; nơi *rel pron* <9>
where ở đâu <4>
wherever ở đâu <4>

whether dù <12>
whether/if ... or not? có ... không? <4>
which nào <7>, cái nào <10>
while trong khi <5>
who ai <6>; người *rel pron* <9>
whose của ai <6>
why tại sao <9>
will sẽ, *tense marker for future* <8>
wings cánh <12>
wish chúc *v* <8>; ước *v in conjunctive* <13>
with với <1>
with each other với nhau <3>
without không có <7>
woman phụ nữ <4>
word chữ <12>
work làm việc *v* <3>; việc làm *n* <10>
workplace chỗ làm việc <5>
worry lo <4>
wound vết thương <9>

year năm <12>
yes Vâng/Dạ <2>
yet chưa *tag question word* <9>
you anh/chị <1>, **(older male)** ông <5>, bác, cô chú, cháu *(used as pers pron)* <13>
You're welcome. Không có chi. <1>
young trẻ <13>
younger aunt (*who is younger than your parents*) cô <13>
younger uncle (*who is younger than your parents*) chú <13>

zero (số) không <6>

AUDIO CD TRACK LIST

CD 1

1. **Beginner's Vietnamese with 2 Audio CDs** by Mynh Nghiem-Boventer, text copyright 2010 Nghiem-Boventer, audio copyright 2010 Hippocrene Books
2. Vietnamese Alphabet Pronunciation (pp.12-13)
3. Multiple Vowels Pronunciation (p.13)
4. Tone Marks (pp.14-16)
5. **LESSON 1: Do You Speak Vietnamese?** (Dialogue p. 18)
6. LESSON 1: Dialogue for repetition
7. LESSON 1: Vocabulary
8. LESSON 1: Key to Pronunciation
9. **LESSON 2: Nice to Meet You.** (Dialogue p. 30)
10. LESSON 2: Dialogue for repetition
11. LESSON 2: Vocabulary
12. LESSON 2: Key to Pronunciation
13. **LESSON 3: You are Americans, is that right?** (Dialogue p. 40)
14. LESSON 3: Dialogue for repetition
15. LESSON 3: Vocabulary
16. LESSON 3: Key to Pronunciation
17. **LESSON 4: "Is There a Bus Going to the Beach?"** (Dialogue p. 52)
18. LESSON 4: Dialogue for repetition
19. LESSON 4: Vocabulary
20. LESSON 4: Key to Pronunciation
21. **LESSON 5: Let's go to the market!** (Dialogue p. 64)
22. LESSON 5: Dialogue for repetition
23. LESSON 5: Vocabulary
24. LESSON 5: Key to Pronunciation
25. **LESSON 6: What time is it now?** (Dialogue p. 76)
26. LESSON 6: Dialogue for repetition
27. LESSON 6: Vocabulary
28. LESSON 6: Key to Pronunciation
29. **LESSON 7: Which dish is delicious?** (Dialogue p. 90)
30. LESSON 7: Dialogue for repetition
31. LESSON 7: Vocabulary
32. LESSON 7: Key to Pronunciation
33. **LESSON 8: How is the weather in Hue?** (Dialogue p. 106)
34. LESSON 8: Dialogue for repetition
35. LESSON 8: Vocabulary

More Vietnamese Titles from Hippocrene

Vietnamese-English/English-Vietnamese Dictionary & Phrasebook
3,000 entries · ISBN: 978-0-7818-0991-7 · $13.95 pb

Vietnamese-English/English-Vietnamese Practical Dictionary
15,000 entries · ISBN: 978-0-7818-1244-3 · $19.95 pb

Vietnamese-English/English-Vietnamese Standard Dictionary
15,000 entries · ISBN: 978-0-87052-924-5 · $27.95 pb

Vietnamese Children's Picture Dictionary
625 entries · ISBN: 978-0-7818-1133-1 · $14.95 pb

More Asian Language Titles from Hippocrene

LANGUAGE GUIDES

Cambodian-English/English-Cambodian Standard Dictionary
355 pages · ISBN: 0-87052-818-1 · $19.95 pb

Chinese-English/English-Chinese (Mandarin) Practical Dictionary
15,000 entries · ISBN: 978-0-7818-1236-8 · $19.95 pb

Chinese-English/English-Chinese (Mandarin) Dictionary & Phrasebook
4,000 entries · ISBN: 0-7818-1135-X · $13.95 pb

Beginner's Chinese with 2 Audio CDs
Second Edition
175 pages · ISBN: 978-0-7818-1257-3 · $29.95 pb

Intermediate Chinese with Audio CD
305 pages · ISBN: 0-7818-1096-5 · $21.95 pb

English-Ilocano Dictionary & Phrasebook
7,000 entries · ISBN: 0-7818-0642-9 · $16.95 pb

Modern Indonesian-English/English-Modern Indonesian Practical Dictionary
20,000 entries · ISBN: 978-0-7818-1235-1 · $19.95 pb

Speak Standard Indonesian
283 pages · ISBN: 0-7818-0186-9 · $11.95 pb

Japanese-English/English-Japanese Concise Dictionary, *Romanized*
8,000 entries · ISBN: 0-7818-0162-1 · $11.95 pb

Beginner's Japanese with 2 Audio CDs
290 pages · ISBN: 0-7818-1141-4 · $29.95 pb

Korean-English/English Korean Standard Dictionary
20,000 entries · ISBN: 978-0-7818-1234-4 · $21.95 pb

Korean-English/English Korean Practical Dictionary
8,500 entries· ISBN: 0-87052-092-X · $19.95 pb

Korean-English/English-Korean Dictionary & Phrasebook
5,000 entries · ISBN: 0-7818-1029-9 · $14.95 pb

Lao-English/English-Lao Dictionary and Phrasebook
2,500 entries · ISBN: 0-7818-0858-8 · $12.95 pb

Pilipino-English/English-Pilipino (Tagalog) Concise Dictionary
5,000 entries · ISBN: 0-8705-2491-7 · $12.95 pb

Pilipino-English/English-Pilipino (Tagalog) Dictionary & Phrasebook
2,200 entries · ISBN: 0-7818-0451-5 · $11.95 pb

Tagalog-English/English-Tagalog (Pilipino) Standard Dictionary
Revised and Expanded Edition
20,000 entries · ISBN: 0-7818-0960-6 · $27.95 pb

Thai-English/English-Thai Dictionary & Phrasebook, *Romanized*
1,800 entries · ISBN: 0-7818-0774-3 · $12.95 pb

COOKBOOKS

COOKING FROM CHINA'S FUJIAN PROVINCE
Dr. Jacqueline M. Newman

"Through her insightful writing and well-researched recipes, Newman is casting much-deserved light on the wonderful cooking culture of Fujian province. Her scholarly approach and keen eye for details make this book a joy to read and a real keeper for any library and kitchen."
— **Martin Yan**, host of "Yan Can Cook," cookbook author and restaurateur

Fujian, a province in South-Eastern China, boasts a distinct culinary tradition that enjoys a thousand year-old recorded history but is barely known in the Western world. This collection of 200 easy to follow, authentic recipes provides the perfect introduction to this unique cuisine.
258 pages · ISBN: 978-0-7818-1183-5 · $29.95 pb

FINE FILIPINO FOOD
Karen Hulene Bartell
Created from recipes collected during the author's travels around this archipelago at the crossroads of ancient trade routes, *Fine Filipino Food* is a testament to a rich mix of cultures. The influence of Chinese and Malaysian traders can be tasted, as well as the mark of Spanish and American colonization. Try your hand at delicious staples like Pancit (sautéed rice noodles), Lumpia (the Filipino version of egg rolls), Adobo (a tangy stewing method used for all kinds of meats), and Leche Flan (creamy custard with a caramelized top). Then explore deeper with *Pirurutong Paella* (Black Rice Paella), *Kari-Kare* (Oxtail in Peanut Sauce), and *Bistek Sinigang* (Sour Beef Stew). Complete with helpful substitution and cooking method guides, a glossary of Filipino foods and terms, and a list of sources for Filipino ingredients by state.
248 pages · ISBN: 978-0-7818-1211-5 · $14.95 pb

SIMPLE LAOTIAN COOKING
Penn Hongthong
Located in southeastern Asia between Thailand and Vietnam, Laos is a land-locked country covered by mountains and forests. Because vegetable oil used to be a costly imported commodity, Laotians use it sparsely, preferring instead to flavor their dishes with a profusion of herbs and spices. *Simple Laotian Cooking* offers 172 recipes, including a section on the traditional Lob, a dish usually made with beef but also with chicken, fish, or wild game, which is reserved for holidays and special occasions. A glossary defines staple ingredients such as bamboo shoots and kaffir lime leaves.
226 pages · ISBN: 0-7818-0963-0 · $24.95 hc

FLAVORS OF MALAYSIA
Susheela Raghavan

"Flavors of Malaysia *is a masterpiece, a gorgeous introduction to the food and culture of a country as multiethnic as they come.* Malaysia's food traditions reflect its waves of immigration, settlement, and conquest, each bringing uniquely delicious flavors. The resulting blend is glorious food, beautifully described by Susheela, who appreciates the cultural history of each dish as well as its taste, and makes us want to cook every one of them."
> —**Marion Nestle**, Professor of Nutrition, Food Studies, and Public Health at New York University, Author of *What to Eat*

"Susheela has gifted to the world of food lovers and food history the ultimate guide to Malaysian cookery, and the culture, people and history that shaped it."
> —**Suvir Saran**, Owner/Chef Devi (NYC), Author of *Indian Home Cooking* and *American Masala*

Flavors of Malaysia celebrates the best of the Malaysian table: sizzling satays, flavorful stir-fries, fragrant rice and noodle dishes, aromatic curries, and Malaysia's signature hot and spicy condiments, the delectable sambals. Includes more than 150 authentic, easy-to-follow recipes, plus a16-page color photo insert, a detailed introduction to Malaysian history and its culinary origins and a guide to Malaysian ingredients and cooking techniques.
408 pages · ISBN: 978-0-7818-1249-8 · $40.00 hc

TASTE OF NEPAL
Jyoti Pandey Pathak
Winner of "Best Foreign Cuisine Book" at the 2008 Gourmand World Cookbook Awards, *Taste of Nepal* is a thorough and comprehensive guide to Nepali cuisine. One of very few Nepali cookbooks available, this book features more than 350 authentic recipes, plus sections on herbs and spices, menu planning, Nepalese kitchen equipment, and delightful illustrations. There is something for everyone in this book—for the timid cook Fried Rice (*Baasi-Bhaat Bhutuwa*) or Stir-Fried Chicken (*Kukhura Taareko*) are easily achievable, but the adventurous will be tempted to try Goat Curry (*Khasi-Boka ko Maasu*) and Sun-Dried Fish with Tomato Chutney (*Golbheda ra Sidra Maacha*).
470 pages · ISBN: 0-7818-1121-X · $27.50 hc

Prices subject to change without prior notice. **To purchase Hippocrene Books** contact your local bookstore, visit www.hippocrenebooks.com, call (212) 685-4373, or write to: HIPPOCRENE BOOKS, 171 Madison Avenue, New York, NY 10016.